சீனா

வல்லரசு ஆனது எப்படி?

ரமணன்

பல்லாண்டுகளாக இயங்கிவரும் எழுத்தாளர், பத்திரிகை யாளர். அரசியல், சமூகம், வரலாறு என்று பல விரிவான தளங்களில் தொடர்ந்து ஆய்வுகள் மேற்கொண்டு வருகிறார். பயண நூல்கள், தொழில்முனைவோருக்கான நூல்கள் ஆகியவையும் வெளிவந்துள்ளன. தேசிய வங்கி ஒன்றில் உயர் அதிகாரியாகப் பணியாற்றி வருகிறார்.

சீனா

வல்லரசு ஆனது எப்படி?

ரமணன்

சீனா வல்லரசு ஆனது எப்படி?
China Vallarasu Aanadu Eppadi?
by *Ramanan* ©

First Edition: January 2014
104 Pages
Printed in India.

ISBN : 978-93-84149-01-7
Title No : Kizhakku 791

Kizhakku Pathippagam
177/103, First Floor,
Ambal's Building, Lloyds Road,
Royapettah, Chennai 600 014.
Ph: +91-44-4200-9603

Email : support@nhm.in
Website : www.nhm.in

Cover Image : Shutterstock

Author's Email : ramananvsv@gmail.com

Kizhakku Pathippagam is an imprint of New Horizon Media Private Limited.

பொருளடக்கம்

1

டிராகன் பறக்க ஆரம்பித்துவிட்டது!

உலகெங்கும் அறியப்பட்டிருக்கும், ஆனால் எவரும் பார்த்திராத ஒரு புராண இதிகாச கால உயிரினம் டிராகன். இப்போதும் சில ஐரோப்பிய, ஆசிய நாடுகளின் கலாசாரங்களில் இயற்கையின், மதத்தின் மற்றும் பிர பஞ்சத்தின் முக்கிய சக்திகளின் பிரதிநிதியாக போற்றி மதிக்கப்படு கின்றது. நெருப்புப் பிழம்பை உமிழும், இரண்டு ஜோடி கால்களுடன் ஒரு ராட்சச பல்லியின் வடிவில் இருக்கும் இந்த டிராகன்கள் மனிதர் களைவிட புத்திசாலியான மெய்யறிவுடன் இயற்கையைவிட வலி மையான சக்திகளைக் கொண்ட ஒரு தெய்வத்தின் அம்சமாக சீனாவில் மதிக்கப்படுகிறது.

ஐந்து நகங்கள் கொண்ட டிராகன் சீனப் பேரரசுகளின் அரசர்களின் ஓர் அடையாளமாக இருந்திருக்கிறது. எல்லா சீனத் திருவிழாக்களிலும் இடம் பெறும் இந்த டிராகன் இன்றும் சீனாவின் அடையாளம். இவ் வளவு பெரிய உயிரினம் பறக்கக்கூடியது என சீனப் புராணங்களில் வர்ணிக்கப்பட்டிருக்கிறது. இன்றும் சீனாவில் மிகப்பெரிய விபத் துகள் ஏற்படும்போது டிராகன் சீறிவிட்டது என்றும் நல்ல விஷயங்கள் நடக்கும் போதும் டிராகன் பறக்க ஆரம்பித்து விட்டது என்றும் சொல் கிறார்கள். வடிவத்தில் மிகப்பெரிதாக வர்ணிக்கப்படும் டிராகன் பறந் திருக்க முடியுமா? என நமக்குத் தெரியாது. ஆனால் கடந்த சில ஆண்டு களில் சீனாவின் பொருளாதார நிலை தொடர்ந்து உயர்ந்து இன்று வேக மாக பறக்க ஆரம்பித்துவிட்டது என்பதுதான் நாம் பார்க்கும் உண்மை.

ஒரு நாட்டின் பொருளாதாரத்தின் பல முகங்களான, உற்பத்தி, மனித வளம் சேவைத்திறன், வேலை வாய்ப்புக்கள் ஏற்றுமதி, இறக்குமதி, நிலையான பணவீக்கம், அந்நியச் செலாவணி கையிருப்பு ராணுவத் தளவாடங்கள் கொள்முதல், விண்வெளிச் சாதனைகள் என எல்லா

வற்றிலும் கடந்த 10 ஆண்டுகளுக்கும் மேலாக வளரும் நாடுகள் என அறியப்பட்ட நாடுகளில் முன்னணி இடத்தில் இருக்கும் சீனா இப்போது வளர்ந்த நிலையிலிருக்கும் ஐரோப்பிய அமெரிக்க வல்லரசு களுக்கு சவாலாக எழுந்து கொண்டிருக்கிறது. இந்த நூற்றாண்டு சீனாவுடையதாக இருக்கப்போகிறது என கணிக்கப்பட்டிருக்கிறது. இன்று உலகம் முழுவதும் பேசப்படும் ஒரு விஷயம் சீனாவின் பொருளாதார வளர்ச்சியும் எழுச்சியும். இது எப்படி சீனாவுக்கு மட்டும் சாத்தியமாயிற்று என்ற கேள்வியை கடந்த சில ஆண்டுகளாக உல கெங்கும் பொருளாதார வல்லுனர்கள் ஆராய்ந்து அவர்கள் பார்வை களை பதிவு செய்து கொண்டிருக்கிறார்கள்.

ஆனால் தேசத்தை நேசிக்கும் இந்தியர்களில் பலருக்கும் மனத்தில் ஆதங்கங்கத்துடன் எழும் கேள்வி, 'ஏன் நம்மால் இதைச் செய்ய முடிய வில்லை?' என்பதுதான். இந்த கேள்வி எழுவதற்கு ஒரு அடிப் படையான காரணம் இந்தியாவும் சீனாவும் வேகமான வளர்ச்சிக்கான அத்தனை அம்சங்களும் பொருந்திய நாடுகள் எனவும் 21 ம் நூற்றாண்டில் புதிய சகாப்தத்தை படைக்கப் போகும் நாடுகளாகவும் அடையாளம் காணப்பட்டிருந்தன. மேலும் 90கள் வரை இந்திய- சீன வளர்ச்சி விகிதங்களின் ஒப்பீடுகள். சீனா அதன் பொருளாதார மறுமலர்சியை 1970களில் துவக்கியது. ஆனாலும் 1980 வரை சீனாவின் ஓட்டுமொத்த பொருளாதார வளர்ச்சிக் குறியீடு (GDP) இந்தியாவை விட குறைவாகவே இருந்தது. 1984ல் சீனாவின் மொத்த உற்பத்தியில் இந்தியாவை கடந்துவிட்டிருந்தாலும் 1991 வரை இந்திய வளர்ச்சிக் குறியீடு (GDP) சீனாவை விட அதிகமாகத்தான் இருந்திருக்கிறது.

புதிய பொருளாதாரக் கொள்கைகளுடன் இந்தியாவின் கதவுகள் உலகுக்குத் திறக்கப்பட்ட நேரத்தில் 1991லிருந்து சீனாவின் பொரு ளாதாரம் வேகமாக வளரத்தொடங்கி நம்ப முடியாத அளவுக்கு இரு நாடுகளுக்குமிடையான பொருளாதார வளர்ச்சி வீதங்களுக் கிடையேயுள்ள இடைவெளி பெருமளவில் அதிகரித்துக்கொண்டே இருக்கிறது. இந்தியா உடனடியாக நெருங்கக் கூட முடியாத அளவுக்கு சீனாவின் குறியீடுஎண்ணிக்கைகள் உயர்ந்துகொண்டே போகின்றன. 2014லில் சீனாவின் ஓட்டுமொத்த உற்பத்தி இரண்டு டிரில்லியன் அமெரிக்க டாலர்கள் அதாவது இரண்டு லட்சம் கோடி டாலர்கள். (இந்தியாவுடையது ஒரு லட்சம் கோடிகள்.) 2050ல் சீனா 48.6 டிரில்லியன் டாலர்களை அடைந்துவிடுவார்கள் என்றும் அதே கால கட்டத்தில் இந்தியா 27 டிரில்லியன்களைத்தான் அடைய முடியும் என கணித்திருக்கிறார்கள். அந்த அளவு வேகத்தில் சீனா பறந்து கொண்டிருக்கிறது.

எப்படி நிகழ்ந்தது இந்த மாற்றம்? என ஆராயும் முன் அப்படி என்னதான் சீனா சாதித்திருக்கிறது என்பதை தெரிந்து கொள்ள முயற்சிப்போம்.

ஒரு நாட்டின் வளர்ச்சி வீதத்தை விட அதன் ஒட்டுமொத்த வளர்ச்சி குறியீட்டை விட மிக முக்கியமானது அதன் அந்நிய செலாவணி கையிருப்பு. இந்த விஷயத்தில் பல ஆண்டுகளாக உலக நாடுகளை பிரமிக்க வைத்துக் கொண்டிருந்தது ஜப்பான். இது 800 மில்லியன் டாலர்கள் (2012) என மதிப்பிடப்பட்டிருக்கிறது. இன்று சீனாவிடம் அந்நிய செலாவணி ஜப்பானைவிட 3 மடங்குக்கும் மேல் அதிக அளவில் இருக்கிறது. அதாவது 2400 மில்லியன் டாலர்களுக்கும் மேல். ஒவ்வொரு ஆண்டும் உயர்ந்துகொண்டே போகும் இந்த எண்கள் 2010 ஆம் ஆண்டு அதற்கு முந்தைய ஆண்டைவிட 18.7% வளர்ச்சியைக் கண்டு, உலகை பிரமிக்க வைத்தது. இந்த அபரிமித மான அந்நிய செலாவணி கையிருப்புதான் இன்றைய சீனாவின் மிகப்பெரிய வலிமை.

இதை அவர்கள் அடையக் காரணமாக இருந்தது அவர்களின் தொடர்ந்த ஒட்டுமொத்த வளர்ச்சிக் குறியீடு. முப்பது ஆண்டுகளுக்கும் மேலாக சராசரியாக 9% வளர்ச்சியை சீனா பதிவு செய்திருக்கிறது. 2001- முதல் 2010 வரை ஆண்டு தோறும் உயர்ந்துகொண்டிருந்த இதன் சராசரி 10.5%, 2007-11 வரையிலான 4 ஆண்டுகளில் சீனாவின் வளர்ச்சி வீதம் G7 நாடு களின் மொத்த வளர்ச்சியை விட அதிகம். நல்ல உற்பத்தி வசதிக்கான கட்டமைப்புக்கள், அதிகமான உற்பத்தி, மலிவான தொழிலாளர் கூலி போன்றவைகளினால் இந்த நிலையை சீனாவால் அடைய முடிந் திருக்கிறது. சிறப்பு பொருளாதார மண்டலங்கள் என உற்பத்திக்காக மிகப் பெரிய வயல்வெளி, சதுப்பு நிலப்பரப்புகளை ஒதுக்கி அதில் பலவித வசதிகளை அமைத்து அதில் உற்பத்தியைச் செய்ய உலக நிறு வனங்களை எல்லாம் அழைத்தது. இதனால் அந்நிய முதலீடுகள் சீனாவில் குவிந்தது. 2012ஆம் ஆண்டு மட்டும் 253 பில்லியன் டாலர்கள் (ஒரு பில்லியன் 100கோடிகள்) அந்நிய முதலீடுகளைப்பெற்ற நாடு சீனா. உலக நாடுகள் பெற்ற முதலீடுகளில் இதுதான் அதிகம்.

உற்பத்தித் திறன், மொத்த வியாபாரம், லாபம், தயாரிக்கப்படும் பொருள்களின் பிராண்ட் வேல்யூ போன்றவைகளின் அடிப்படையில் நிறுவனங்களை பட்டியிலிடுகிறது Fortune பத்திரிகை. இதில் முதல் 500 இடத்தில் இடம் பெறுவது ஒரு கார்ப்பரேட்களுக்கு கௌரமான விஷயம். ஃபார்ட்டின் 500 கம்பெனி என அவை அழைக்கப்படு கின்றன. 2013 ஆம் ஆண்டு இதில் இடம் பெற்றவை 61 சீன நிறு வனங்கள். அதில் 3 முதல் 10 இடங்களில் இருப்பவை.

சர்வ தேச அளவில் இந்த விஷயங்களைச் சாதித்த சீனா, உள்நாட்டில் வேலைவாய்ப்பை பெருக்கி தனிநபர் வருமானத்தை அதிகமாக்கியது. 20 ஆண்டுகளில் 11 மடங்கு அதிகமான இந்த தனிநபர் வருமானம் மூலம் 40 கோடி மக்கள் வறுமையிலிருந்து மீகப் பட்டிருக்கின்றனர். ஆண்டுக்கு 10,000 முதல் 60,000 டாலர்கள் சம்பாதிப்பவர்கள் அதிக மாகிக்கொண்டே போகிறார்கள். 2008ல் 130 ஆக இருந்த கோடீஸ் வரர்கள் 2012ம் ஆண்டு 251 ஆக உயர்ந்திருக்கிறார்கள். இந்த வேகத்தில் போனால் உலகில் அதிகமான கோடீஸ்வரர்கள் இருக்கும் நாடாக சீனா ஆகிவிடும் என்கிறது உலக வங்கியின் அறிக்கை.

எந்த நாடும் செய்யாத அளவில் தொடர்ந்த கட்டுமானப் பணிகள் சீனாவில் கடந்த 10 ஆண்டுகளில் நடைபெற்றிருக்கின்றன. உலக மொத்த சிமெண்ட் உற்பத்தியில் 50% வீதத்தையும், உருக்கு இரும்பில் 33% வீதத்தையும் அலுமினியத்தில் 25% வீதத்தையும் சீனா அதன் கட்டுமானப் பணிக்காக வாங்கிக்கொண்டேயிருக்கிறது.

உலகின் தொழிற்சாலையாக சீனாவை மாற்றும் முயற்சியை சீனா மேற்கொண்ட போதே அதற்கான தேவைகளை திட்டமிட்டு அவை களை ஒருங்கிணைத்து வெற்றிகரமாக செயலாற்றியிருப்பதுதான் இந்த சாதனைகளின் ரகசியங்களில் முக்கியமானது. எதையும் பிரம் மாண்டமாகத் திட்டமிடுவது, அதை இலக்காகக் கொண்டு திட்ட மிட்ட காலத்துக்கு முன்னரே முடிப்பது என்பதை திரும்பத் திரும்பச் செய்திருக்கிறார்கள். உற்பத்தி என்பதின் ஒரு அங்கம் போக்குவரத்து கட்டமைப்புகளும் விரைவு வாகனங்களும் என்பதை உணர்ந்து உற்பத்தி மையங்கள் நாட்டின் துறைமுகங்களுடன் தரமான சாலை களுடன் இணைக்கப்பட்டிருக்கின்றன.

1400 கிமீட்டரை 5 மணிநேரத்தில் (நவீன ரயில்கள் ஓடும் அமெரிக் காவில் இதற்கு 18 மணிநேரம் ஆகும்.) கடக்கும் பறக்கும் ரயில்களை அறிமுகப்படுதியிருக்கிறார்கள். கிராமங்களிலிருந்து புதிதாக உரு வாக்கிய நகரங்களுக்கு மக்களை இடம்பெயரச் செய்யும்போது அவர் களுக்கான பிரம்மாண்ட குடியிருப்புக்களை எழுப்பி உடனடியாக அதில் நிறுவ ஏசி, வாஷிங் மிஷின், பிரிட்ஜ், போன்ற சாதனங்களை கோடிக்கணக்கில் இறக்குமதி செய்தார்கள். தொழிற்சாலைகளுக்கான மின்சார தேவைகளை திட்டமிட்டு புதிய அணு மின் நிலையங் களையும் தொடர்ந்து உருவாக்கிக்கொண்டேயிருக்கிறார்கள்.

பொருளாதார ரீதியான வளர்ச்சியில் ஒரு நாடு சர்வ தேச அளவில் எவ்வளவு முதலீடுகள் செய்துகொண்டிருக்கிறது என்பதும் மிக

முக்கிய அளவுகோல். அந்த விஷயத்தையும் சீனா கவனமாக செய்து கொண்டிருக்கிறது. 2012ஆம் ஆண்டு மட்டும் 62 பில்லியன் டாலர்களை வெளிநாடுகளில் முதலீடு செய்திருக்கிறது. அமெரிக்காவே அச்ச மடையும் அளவுக்கு ஆண்டு தோறும் அங்கே தன் முதலீட்டை அதிகரித்துக்கொண்டே இருக்கிறது சீனா.

வளர்ச்சியைத் திட்டமிட்டு செய்துகொண்டிருக்கும்போதே வளர்ந்து வரும் தொழில் நுட்பம், மாறிவரும் சந்தைமுறைகளையும் நுட்பமாக கவனித்து வளர்ச்சியில் இணைக்கிறார்கள். இ காமர்ஸ் என்ற இணைய ஆன்லைன் வர்த்தகம் 2008ல் அறிமுகமாகி ஐரோப்பாவிலும், அமெரிக் காவிலும் வேகமாக வளர்ந்து கொண்டிருந்த காலமான 2008ல் அது சீனாவில் பிரபலமாகாத ஒரு விஷயம். அறிமுகப்படுத்திய முதல் ஆண்டே (2009) 600 பில்லியன் டாலர்களுக்கு மேல் ஆன்லைனில் வணிகம் செய்யப்பட்டிருக்கிறது. கடந்த ஆண்டு உலகின் ஆன்லைன் வர்த்தகத்தில் முதலிடத்துக்கு வந்துவிட்டார்கள்.

விஞ்ஞான, தொழில் நுட்ப வளர்ச்சிக்காக மிகப்பெரிய அளவில் செல விடுகிறார்கள். 2011 ஆம் ஆண்டு மட்டுமே 100 பில்லியன் செல விட்டிருக்கிறார்கள். விண்வெளி ஆய்விலும் சோதனைகளிலும் முன்னணியில் நிற்கிறார்கள். இரண்டு பெண்கள் உட்பட 10 சீனர்களை 2013ல் விண்வெளிக்கு அனுப்பியிருக்கிறார்கள். அதே ஆண்டு அவர்கள் நிலவுக்கு அனுப்பிய கலம் வெற்றிகரமாக இறங்கி தன் பணியைச் செய்து கொண்டிருக்கிறது.

படிக்கப் படிக்கப் பிரமிப்பூட்டும் இந்தப் பட்டியல் இன்னும் நீண்டது என்பதைவிட பிரமிப்பான விஷயம் இந்த சாதனைகளை சீனா கடந்த 15 ஆண்டுகளில் செய்திருக்கிறது என்பதுதான்.

பழமை, வறுமை, குழப்பம், பெரிய மக்கள் தொகை, முதலாளித்து வத்தை எதிர்க்கும் கம்னியூசம் எல்லாம் இருந்தும் இத்தகைய பிரம மாண்ட வளர்ச்சியை சீனா அடைந்திருப்பதின் ரகசியம் என்ன?

தொடர்ந்த வளர்ச்சி என்ற தொலைநோக்குடன் இயங்கும் சீரிய தலைமையா?

ஜனநாயகத்தை பலிகொடுத்து அடைந்து கொண்டிருக்கும் செயற் கையான வளர்ச்சியா?

இத்தனை வேகத்தில் பறக்கும் டிராகன் உலகின் முதலிடத்துக்குச் சென்றாலும் அந்த இடத்தில் நிலைக்குமா? அந்த இடத்தில் தன்னை உறுதியாகத் தக்க வைத்துக்கொள்ளுமா?

மேற்கண்ட அடுக்கடுக்கான கேள்விகளுக்கான பதில்களை ஆராயும் முன் சீனாவின் சரித்திரத்தை சற்று புரிந்து கொள்ள வேண்டியது அவசியமாகிறது.

மேற்கண்ட அடுக்கடுக்கான கேள்விகளுக்கான பதில்களை ஆராயும் முன் சீனாவின் சரித்திரத்தை சற்று புரிந்து கொள்ள வேண்டியது அவசியமாகிறது.

2

மன்னராட்சியிலிருந்து மாசேதுங் வரை

ஆசியா கண்டத்தில் உள்ள மிகப்பெரிய நாடு, சீனா. இதன் வடக்கே மங்கோலியா, ரஷ்யாவில் சைபீரியா, கோபி பாலைவனம் ஆகிய வையும், தெற்கில் வியட்நாம், லாவோஸ், மியான்மர் போன்ற வையும் உள்ளன. மேற்கில் இமயமலையும், இயற்கை எல்லையாக அமைந்துள்ளது. இதன் கிழக்கே 14 ஆயிரத்து 500 கிலோமீட்டர் நீளமுள்ள கடற்கரை அமைந்துள்ள இந்தப் பரந்த தேசத்துக்கு மிக நீண்ட பாரம்பரியம் இருக்கிறது.

மனிதகுலத்தின் உண்மையான முன்னோர்கள் சீனர்கள்தான் என்றும், பான் ஐூ என்ற கடவுள் சொர்க்கத்தையும் பூமியையும் பிரித்தாகவும், அதனால் அவர் தனியாக விடப்பட்டு இறந்ததாகவும் அவரின் உடலே ஒரு புதிய உலகமானது என்றும், அந்த உலகில் நெவ் வாவ் என்ற தேவதை தோன்றி மஞ்சள் நிற வண்டல் மண்ணில் தன்னைப்போலவே மண்பொம்மைகளைச் செய்து உயிரூட்டி மனிதர்களாக்க, அந்த மனிதர்களே உலகம் முழுவதும் பரவினர் என்கிறது ஒரு சீன இதிகாசம்.

இதனால் மனித குலத்தின் முதல் மனிதர்கள் தாங்கள்தான் என்று சீனர்கள் சொல்லிக்கொள்கின்றனர். இது எந்த அளவு உண்மை என்பது நிரூபிக்கப்படவில்லை என்றாலும், உலகின் பழமையான நாகரிகங்களில் சீன நாகரிகம் முதலானது என்பதை சரித்திர சான்றுகள் அழுத்தமாகச் சொல்லுகின்றன. அவர்கள் வரலாறு பத்தாயிரம் ஆண்டு பழமையானது. ஆனால் சீனா ஒரு பேரரசாக ஒருங்கிணைக்கப்பட்டு ஒரே தேசமான பின் வரும் 5000 ஆண்டுகளையே வரலாற்று அறிஞர்கள் சீன நாகரிகமாக கணக்கில் எடுத்துக்கொள்கிறார்கள். அதன் அடிப் படையில் பார்த்தால்கூட சீன கலாசாரம் 5000 ஆண்டுகள் பழமையானது.

சீன நாகரிகம் ஹுவாங் டி மற்றும் யான் டி என்னும் சமயம் சார்ந்த பேரரசர்களால், மஞ்சள் நதிக்கரையில் தோற்றுவிக்கப்பட்டது. பல ஆண்டுகளுக்குப் பின், இந்த இரு பேரரசுகளும் ஜியா பேரரசின் காலத்தில் ஒன்றிணைக்கப்பட்டன. இதன்படி சீன மக்கள் தங்களை யான், ஹுவாங் - இந்த இருவரின் வம்சாவழியினராகவே கருதி, ஹுவா மக்கள் அல்லது ஜியா மக்கள் எனக் குறிக்கின்றனர். இம் மக்களே பிற்காலத்தில், பூமியின் மத்தியப் பகுதியில் அமைந்திருக்கும் மஞ்சள் நதிப் படுகையில் ஒரு நகரத்தை நிறுவினர்.

மனித குல மாற்றத்துக்கும் வளர்ச்சிக்கும் பெரிதும் உதவியிருக்கும் கண்டுபிடிப்புகளான காகிதம், அச்சிடும் முறை, வெடிமருந்து, திசை காட்டி, பட்டு, பீங்கான், தேனீர் போன்றவைகளைக் கண்டுபிடித்து உலகுக்கு அளித்தவர்கள் சீனர்கள். கி.பி. பதினொன்றாம் நூற்றாண்டி லேயே உலகிலேயே மிக உயர்ந்த வாழ்க்கைத் தரத்தை சீனா எட்டியிருந்தது என்பது மிக உண்மை.

சீனாவின் மிகப்பழைய அரசை, சியா (xia) வம்சத்தைச் சேர்ந்தவர்கள் தொடங்கினார்கள் என்றும் பின் வந்த ஷாங் வம்சம் (1700-1100 கிமு - நமது வேத காலத்தை ஒட்டியது) மன்னராட்சியைத் தொடர்ந்தனர் என்றும் சொல்லப்படுகிறது.

இந்தியாவில் அசோக மன்னரின் ஆட்சி உதயமாவதற்கு பதின்மூன்று ஆண்டுகளுக்கு முன்பாகவே, 'சின் ஷி' வம்சம் சீனாவில் ஆட்சிக்கு வந்தது. இந்த சின் என்பதிலிருந்துதான் சீனா என்ற பெயரே உருவானது என்றும் சில குறிப்புகள் சொல்கின்றன.

அதற்கடுத்து வந்த ஹான் வம்சத்தினர் சீனாவை நானூறு ஆண்டுகள் ஆட்சி செய்தனர். அப்போதுதான் புத்த மதம் சீனாவுக்கு வந்தது.

ஹான் வம்ச வீழ்ச்சிக்குப் பிறகு தேசம் மூன்றாகப் பிளவுபட்டு தனித்தனி பேரரசுகளாக ஆனது. அதன்பிறகு ஏழாம் நூற்றாண்டில்தான் 'சின் ஷி ஹுவாங்' என்ற டாங் வம்ச மன்னன் பெரும் போராட்டங் களுக்குப் பிறகு மீண்டும் சீன நாட்டை ஒருங்கிணைத்தார். இது சீனாவின் பொற்காலம் என்று குறிக்கப் பட்டுள்ளது.

'தங்களைவிட உயர்ந்த நாடு உலகில் எதுவும் இல்லை. உலகில் மற்றவர்களிடமிருந்து பெறுவதற்கு ஒன்றுமில்லை. அவர்கள் நாகரி கத்தில் மிக பின் தங்கியவர்கள்' என்று சீன அரசர்கள் கருதிக்கொண் டிருந்தனர். ஆனால் இரண்டாயிரம் ஆண்டுகளுக்கும் மேலாக மற்ற நாடுகளுடன் வர்த்தகத் தொடர்பில் இருந்ததால், பின்னாளில் வந்த

மன்னர்கள் உலக நாடுகளின் கலாசாரங்களுடன் சீனாவை ஒப்பிடத் தொடங்கினர். இதனால்தான் பின்னாளில் புத்த மதத்தைப் பற்றி அறிய மிகுந்த ஆவலுடன் சீனர்கள் இந்தியாவுக்கு வரத்தொடங்கினார்கள்.

சீனாவின் வெகு நீண்ட மன்னராட்சியில் பாரம்பரியமும், நாகரிகமும் மட்டும் இருக்கவில்லை. கடந்த இரு நூற்றாண்டுகளில் நிகழ்ந்த, மிகக் கொடுமையான வன்முறைகளாக வர்ணிக்கப்படும் கலவரங்களும், அடக்குமுறையினால் நேர்ந்த பெரும் உயிர்ச் சேதங்களும் சீனாவில் தான் நிகழ்ந்திருக்கிறது. சிங் (qing) மன்னருடைய ஆட்சியின்போது, மன்னருக்கு எதிராக மக்கள் கிளர்ந்தெழுந்தனர். இந்த புரட்சிக்குக் காரணம் மதம். ஹாங் ஷியு சுவான் என்பவர் தன்னை ஏசு கிருஸ்துவின் தம்பி என்று அறிவித்துக் கொண்டவர். இவர் சோஷலிசம் தழுவிய கிறிஸ்தவ மதத்தை நிறுவ முயற்சித்தவர். அவரது கருத்துக்கு ஆதரவு தந்தவர்கள் தேசத் துரோகிகளாக அறிவிக்கப்பட்டு மன்னர் படைகளால் கொல்லப்பட்டனர். இதில் இறந்தவர்கள் 2 கோடிக்கும் மேலானவர்கள். இந்த இயக்கத்தை நசுக்குவதற்கு சிங் வம்சத்துக்கு துணைநின்றவர்கள் மேற்கத்திய வல்லரசு நாடுகள். 1850ல் தொடங்கிய புரட்சி, போராட்டங் கள் 14 ஆண்டுகள் தொடர்ந்திருக்கின்றன. இந்தக் கலவரம்தான் முதன் முதலில் மேற்கத்திய நாடுகள் சீனாவில் வேரூன்ற உதவியிருக்கிறது.

வலிமையான அரசுகள் எப்போதுமே போர்களைத் தொடர்ந்து சந்தித்துக் கொண்டுதானிருக்கும். சீனாவும் அதற்கு விதிவிலக்கு இல்லை. அப்படி தொடர்ந்து எழுந்த போர்களுக்குக் காரணம் மதம் இல்லை அபின். ஆம் போதை தரும் லாகிரிப் பொருளுக்காக இந்தத் தேசம் பெரும் போரையும், உயிரிழப்புகளையும் சந்தித்திருக்கிறது. இதில் மறைமுகமாக இந்தியாவும் சம்பந்தப்பட்டிருக்கிறது.

இந்தியாவில் அபின் அபரிமிதமாக விளைந்து கொண்டிருந்தபோது (1839), சீனாவில் கிங் அரச வம்சம் ஆட்சியிலிருந்தது. ஒழுக்கங்களை பெரிதும் மதிக்கும் சீன கலாசாரத்தில் அபின் ஒரு தடை செய்யப்பட்ட பொருள். இந்தியாவை ஆண்ட பிரிட்டிஷ் ஆட்சி அபின் வர்த்தகத்தை ஊக்குவித்து வந்தது. விளைவு சீனாவுக்கு அபின் கடத்தல் பிரிட்டிஷ் அரசின் ஆசியோடு நடந்தது. சீன அரசு தனது சட்டங்களை கடுமையாக் கியதோடு அபினில் பிரிட்டிஷாரின் ஆதிக்கத்தை அடியோடு ஒழிக்க 1700 அபின் வர்த்தகர்களைக் கைது செய்து தண்டித்தது. மிகப்பெரிய அளவில் அபின் மூட்டைகளை மொத்த இருப்பையும் எரித்து அழித்தது. இதை தங்கள் ஆளுமைக்கு சவாலாக எடுத்துக்கொண்ட பிரிட்டிஷ் அரசாங்கம் 1840ல் ஹாங்காங் நகரை கைப்பற்றி அங்கிருந்து சீனாவுடன் ஒரு போரை துவக்கியது. இரண்டாண்டுகளில் சீனாவின் பெரிய நகரங்களைக் கைப்பற்றிவிட்டது.

வேறுவழியின்றி தோல்வியை ஏற்றுக்கொண்ட சீனா பிரிட்டி ஷாருடன் ஒரு ஒப்பந்தத்தைச் செய்துகொண்டு இந்த அபின் போரை முடிவுக்குக் கொண்டுவந்தது. என்ன ஒப்பந்தம் அது? சீனாவில் பிரிட்டி ஷார் 5 துறைமுகங்களில் அபினை இறக்குமதி செய்து விற்றுக் கொள்ளலாம் என்பதுதான் அந்த ஒப்பந்தம். இதன் காரணமாக மிகுந்த ஒழுக்க நெறிகள் போதிக்கப்பட்ட சீனாவின் பொது வாழ்வில் அபின் ஒரு அங்கமாகிப்போனது.

சீனர்களால் இதைச் சகித்துக்கொள்ள முடியவில்லை. இதைத் தொடர்ந்து பத்து ஆண்டுகளுக்குப் பின்னர் இரண்டாம் அபின் போரும் நடந்தது. அதிலும் சீனா பலமிழந்தது. பிரிட்டிஷாரின் கை மேலோங் கியது. மேற்கத்தியர்களின் ஆதிக்கத்தை விரும்பாத சீனமக்கள் பொங்கி யெழுந்தனர். அதன் பின் 1899ல் சீனாவை விட்டு பிரிட்டிஷாரை வெளி யேற்ற சீன மக்கள் நடத்திய பாக்ஸர் புரட்சி கடுமையான அடுக்கு முறைகளினால் மிகுந்த உயிர்சேதங்களுடன் ஒடுக்கப்பட்டது. சீனா சொல்லிக்கொடுக்கும் பாடங்களுக்கும் இந்தப் போர்களுக்கும் என்ன சம்பந்தம் என்கிறீர்களா?

உழைப்பு - கடின உழைப்பு என்பது சீன கலாசாரங்களில் ஒன்று. அந்த உழைப்பிலிருந்து சீன மக்களைப் பிரித்து அபினுக்கு அடிமையாக்க மேற்கத்திய நாடுகள் 19ம் நூற்றாண்டில் முயற்சித்து ஓரளவு வெற்றி யைக் கண்டாலும், சீனா அந்த அவர்களின் வெற்றி தாற்காலிகமானது தான் என்பதையும் உழைப்பின் உயர்வையும் இந்தப் போர்கள் மூலம் நிரூபித்தது நிஜம்.

அடக்குமுறைகளைக் கண்டு வெகுண்ட எழுந்த சீனமக்கள் சொந்த நாட்டில் ஆளுவோராலேயே அடக்கப்பட்டதாலும், ஒடுக்கப்பட்ட தாலும் கனிந்து எழுந்த தீ தான் கம்யூனிசம். இன்று வல்லரசாக எழுந்து நிற்கும் சீனா என்ற ராட்சத விருட்சத்தின் விதை விழுந்த தருணம் அது. இந்த காலகட்டத்திலிருந்துதான் சீனா உலகுக்கு பல செய்திகளைச் சொல்ல ஆரம்பிக்கிறது.

மக்கள் உழைப்பைச் சுரண்டி வாழும் மன்னர் ஆட்சியை அழித்து, உழைப்பவர்களின் உதவியோடு ஒரு நல்ல மக்கள் குடியரசை உரு வாக்கக் கனவு கண்ட ஒரு தலைவர் உருவானதும் இந்தக் காலகட்டத் தில் தான். அந்தத் தலைவர் சன் யாட் ஸென்.

ஆனால், அந்த லட்சிய மனிதரின் கனவு அவ்வளவு எளிதாக மெய்ப் படவில்லை.

எல்லாப் போராளிகளையும் போல சன் யாட் ஸென் சந்தித்த சவால்கள் பல. ஆனால் மிகுந்த நம்பிக்கையோடு மன்னர் ஆட்சி முறையை மாற்ற முனைந்தார் அவர்.

தொடர்ந்த போர்களினாலும், அடக்குமுறைகளினாலும் ஒடுங்கிப் போயிருந்த மக்கள் வீறு கொண்டு எழுந்தனர். 1911ல் எழுந்த புரட்சி தீயில் சிங் வம்ச ஆட்சி வேரோடு பிடுங்கி எறியப்பட்டது.

சன் யாட் ஸென், 'கோமிங்டாங்' என்ற அரசியல் கட்சியை நிறுவினார். மிகச் சுதந்தரமாக செயல்பட்ட இந்தக் கட்சி ஜனநாயகத்துடன் செயல் பட்டது. சுதந்தரத்துக்கு முன்பிருந்த நம் காங்கிரஸ் கட்சியைப் போல, கம்யூனிச முறைகளுக்கு மாறான ஆட்சி மாற்றம் பற்றி பேசிக் கொண்டிருந்தது. கம்யூனிசம் தலையெடுத்துக்கொண்டிருந்த அந்தக் காலகட்டத்தில் கம்யூனிஸ்டுகள் சிலரும் கோமிங்டாங் கட்சியில் உறுப்பினர்களாகி சன் யாட் ஸென் தலைமையை ஏற்றுக்கொண்டு பணியாற்றினார்கள். ஆனால் அவர்கள் கட்சியைக் கைப்பற்றத்தான் ஊடுருவிக்கொண்டிருக்கிறார்கள் என்பது கட்சியின் தலைமைக்கு தெரியவில்லை. மேலும் கட்சிக்குள்ளும் கம்யூனிச பாணி கொள்கை களை விரும்புகிறவர்களும் அதிகரித்துக் கொண்டிருந்தனர்.

கட்சியின் அடுத்த கட்ட தலைவராக இருந்த சியாங்கை ஷேக், சன்யாட் ஸென் போல இல்லாமல் அதிரடி அரசியல்காரர். கட்சியின் கட்டளைகளைப் பற்றிக் கவலைப்படாமல் 1927ல் கம்யூனிச கட்சியின் தலைமைக் கேந்திரமான ஷாங்காய் (மாவோவின் தலைமையிடம்) நகரில் கூடியிருந்த கம்னியூஸ்ட்களை ராணுவத்தின் உதவியோடு அதிரடியாக செய்த படுகொலைகள் இவர்கள் கம்னியூஸ்ட்களைவிட வலிமையானவர்கள் என்ற எண்ணத்தை மக்களிடம் ஏற்படுத்தியது. இதன் விளைவாக சன் யாட் ஸென் மறைவுக்குப் பின் கட்சி சியாங்கை ஷேக் வசம் வந்தது. அவர் கம்யூனிஸ்ட்களை ஒழித்து ஆட்சியைப் பிடிப்பதற்கான வேலைகளைத் தொடர்ந்தார்.

சீனாவைப்போல பல சமயங்களில் உள்நாட்டுப்போர்களையும் வெளிநாட்டு ஆக்ரமிப்புக்களையும் ஒரே நேரத்தில் சந்தித்த தேசம் வேறு எதுவுமில்லை. சீனாவில் யார் ஆட்சியைக் கைப்பற்றுவது என்று உள்நாட்டு பலப்பரிட்சைகள் எழுந்துகொண்டிருந்த சமயத்தில் (1927-1949) நாடு சந்தித்த விஷயம் ஜப்பான் நாட்டுடனான போர்.

இந்த இரண்டாவது சீன ஜப்பானியப் போரின்போது (முதலாம் சீன ஜப்பானியப் போர் 1894 - 1895 களில் நடந்து முடிந்திருந்தது.) ஜப்பானுக்கு எதிராகப் போராடி தங்கள் நாட்டையே காப்பாற்றிக்

கொள்ள வேண்டிய நிர்பந்தம் எழுந்தது சீனர்களுக்கு. இந்தப் போரில் 1937-45 மாறுபட்ட கொள்கைகளைக் கொண்ட கோமிண்டாங், கம்யூனிஸ்ட்டுகள் ஆகிய இரண்டு எதிர்க் கட்சிகளும் இணைந்து ஒரே அணியில் போரை எதிர்கொண்டன. 'ஆயிரம் உண்டு இங்கு சாதி, இதில் அந்நியன் வந்து புகுவது என்ன நீதி?' என்று நம் புரட்சி கவிஞன் சொன்னதை செயலில் காட்டியவர்கள். உள் நாட்டுக் குழப்பங் களினால் குட்டையைக் கலக்கி மீன் பிடிக்க முயற்சித்த ஜப்பானியர்கள் இப்போரின் போது பெரும் தோல்வியைச் சந்தித்தனர். இங்கு சீனா உலகுக்கு சொன்ன பாடம், 'தேசம் பெரிது. அதற்கு ஆபத்தானால் உள்நாட்டு பிரச்னைகளை மறந்து எல்லோரும் ஒன்றுபட்டு போராடுங்கள்' என்பதுதான்.

போரில் ஒன்றாகச் செயல்பட்டாலும், மக்கள் மனத்தில் கட்சி பாகு பாடு என்ற கனல் கனிந்துகொண்டேதான் இருந்தது. சீன மக்கள டையே கம்யூனிஸ்ட்டுகளின் ராணுவம் நம்முடையது, கோமிண்டாங் ராணுவம் மக்கள் விரோதமானது என்ற எண்ணம் உறுதிப்பட்டுக் கொண்டே வந்தது. கம்னியூஸ்ட்டுகளின் தீவிர கவர்ச்சிகரமான பிரசாரம் வலுப்பெற்றுக் கொண்டிருந்தது.

ஜப்பானியர்களை வெளியேற்றியதும் 1946ல் இரு பிரிவினருக்கு மிடையே மீண்டும் தொடங்கியது உள்நாட்டுப் போர். மிகக் கடுமை யான இந்தப் போரில் உயிரிழப்பு 2 கோடிக்கும் மேல். உலகில் எந்த நாட்டிலாவது ஒற்றுமையாக இணைந்து எதிரியை சமாளித்த ஒரு நாட்டு மக்கள் இப்படி தங்களுக்குள் ஒரு போரை நிகழ்த்தியிருப் பார்களா? சந்தேகம்தான். போரின் இறுதியில் கம்யூனிஸ்ட்டுகள் வெற்றிபெற்றனர். 1949ல் உலகின் மிகப்பெரிய கம்யூனிச நாடாக சீனா மலர்ந்தது. மாசேதுங் நாட்டின் தலைவரானார்.

அவர் கனவு சன் யாட் ஸென் கனவை விடப் பெரியது. பிரம்மாண்ட மானது. அது தான் சீன மக்கள் குடியரசு.

கனவு பலித்ததா?

3

மாவோ என்ற மாமனிதன்

ஒன்பதாவது சொர்க்கம் சென்று சந்திரனைப் பிடிக்கலாம்
ஐந்து கடல்களின் அடிகளைத் தொட்டு ஆமைகளைப் பிடிக்கலாம்
வெற்றி பாடல்களோடும் சிரிப்போடும் திரும்பலாம்
நீ உச்சத்தைத் தொட - உண்மையாகவே நினைத்தால்
எதுவும் கடினமில்லை இந்த உலகில்.

தனது 18 வது வயதில் இந்தக் கவிதையை எழுதிய மாணவர் பின்னாளில் ஓர் அரசியல்வாதியாகி, உழைப்பவர் உரிமைக்காகக் குரல் கொடுத்து ஒரு புதிய சித்தாந்தத்தையும், புரட்சிகரமான நாட்டையும் உருவாக்கு கிறார். அவர்தான் சீனாவின் முழு முதல் கம்யூனிஸ்ட் மாசேதுங்.

எந்த நாட்டின் வரலாற்றிலும் ஒரு மன்னன் அல்லது தலைவனின் பெயர் திரும்பத் திரும்பச் சொல்லப்பட்டுக் கொண்டிருக்கும். எகிப்திய வரலாற்றில் ராம்ஸெஸ், கிரேக்க வரலாற்றில் அலெக்ஸாண்டர், ரோமில் ஜூலியஸ் சீஸர், இந்தியாவில் அசோகர் போன்றவர்கள் போல சீன வரலாற்றில் அழியா இடம் பெற்றிருப்பவர் அரசர் சின் ஷி ஹூவாங் (Qin Shi Huang). இவர்தான், சீன சிற்றரசர்களை வென்று சீனாவை ஒரு பெரிய தேசமாக உருவாக்கியவர். இவரால் நிறுவப் பட்ட அரசுதான் சீனம் முழுவதற்கும் ஒரே அரசர் என்ற முறையைக் கொண்டுவந்தது. அந்த ஆட்சிமுறைதான் 2000 ஆண்டுகள் தொடர்ந் தது. ஒருவழியாக இந்த மன்னர் ஆட்சி முறை ஒழிந்து மக்களாட்சி வந்த போது எழுந்த தலைவர்களில் மிக முக்கியமானவர் மாசேதுங். சீன வரலாற்றில் மீண்டும் மீண்டும் பேசப்படும் நீங்காத தனி இடம் பெற்ற தனித் தலைவர்.

1911 இல் ஒரு புரட்சி எழுந்தபோது மாசேதுங் 18 வயது மாணவராக இருந்தார். இந்தப் புரட்சி மூண்ட சில மாதங்களுக்குள்ளே ஷிங்

குடியரசு கவிழ்க்கப்பட்டது. சீனா ஒரு குடியரசாக அறிவிக்கப்பட்டது. ஆனால், இந்தப் புரட்சியின் தலைவர்களால், சீனாவில் ஒரு நிலையான, ஒற்றுமையான அரசை ஏற்படுத்த முடியவில்லை. இந்தப் புரட்சி நீண்ட கால குழப்பத்துக்கும், உள்நாட்டுப் போருக்கும் வித்திட்டது. இந்த நிலைமை 1949 வரையிலும் நீடித்தது.

சீனாவின் பண்பாட்டுடனும், வரலாற்றுடனும் இணைந்து பிணைந்து வளர்ந்த மாமனிதர் மாசேதுங். அவர் ஓர் ஏழை விவசாயக் குடும்பத்தில் 1893, டிசம்பர் 26-ம் நாள் ஷாவோஷான் என்ற கிராமத்தில் பிறந்தார். ஏழு வயதிலேயே மாசேதுங் வயலில் வேலை செய்யத் தொடங்கினார். எட்டாவது வயதில் படிக்கத் தொடங்கி, பதிமூன்றாவது வயதில் பள்ளியை விட்டு விலகி மீண்டும் விவசாயத்துக்கே திரும்பினார்.

1840ல் நடந்த அபின் யுத்தம், 1850 முதல் 1864 வரை நடைபெற்ற கலகங்கள் ஆகியவற்றைப் பற்றியெல்லாம் மாவோ கற்றறிந்தார். விவசாயப் பெருங்குடி மக்கள் லட்சோப லட்சம் பேர் இந்தக் கலகங் களில் எல்லாம் பங்கேற்றது மாவோவின் ஆர்வத்தைத் தூண்டியது. பதினேழாவது வயதில் ஒரு மத்தியதரப் பள்ளியில் சேர்ந்தார். அப்போது டார்வின், ஜேம்ஸ் மில், ரூசோ ஆகியோரது நூல்கள் அவரைப் பெரிதும் கவர்ந்தன.

ஒரு சக மாணவரிடமிருந்து கிடைத்த 'உலகத்து வீரர்களும் மேதை களும்' என்ற நூல் அவரைப் பெரிதும் ஆட்கொண்டதால், மாவோ அந்த நூலிலிருந்து வாஷிங்டன், நெப்போலியன், பீட்டர் தி கிரேட், மகாராணி கேத்தரைன், வெலிங்டன், கிளாட்ஸ்டன், ரூசோ, மான்ட் டெஸ்க்யூ, ஆப்ரகாம் லிங்கன் ஆகியோரின் வாழ்க்கை பற்றிய விவரங் களை கற்றறிந்தார். மிகச் சாதாரண மாணவனாக இருந்த மாசேதுங் இந்தப் புத்தகங்களினால் மெல்ல மாறத் தொடங்கியிருந்தார்.

1911-ம் ஆண்டு டாக்டர் சன்யாட்சென் தலைமையில் மன்னர் ஆட்சியை எதிர்த்து ஜனநாயகப் புரட்சி நடைபெற்று, மன்னராட்சிக்கு முடிவுக்கு வந்தது. அப்போது எழுபத்திரண்டு புரட்சி வீரர்கள் கொல் லப்பட்ட நிகழ்ச்சி மக்களிடையே உணர்ச்சிப் பிரவாகத்தை ஏற்படுத் தியது. ஒருநாள் மாசேதுங் படித்து வந்த பள்ளியில் ஒரு புரட்சியாளர் மாணவர் கூட்டம் ஒன்றை நடத்தி உணர்ச்சி ஊட்டக்கூடிய வகையில் உரையாற்றினார். மன்னராட்சியைத் தகர்த்து, குடியரசு அமைக்கப்பட வேண்டுமென அறைகூவல் விடுத்தார் அந்தப் பேச்சாளர்.

இந்த உணர்ச்சியூட்டும் உரைதான் மாசேதுங் புரட்சிப் படையில் சேரு வதற்குக் காரணமாயிற்று. சரித்திரம், பூகோளம், தத்துவம், இலக்கியம்

ஆகியவற்றை மாவோ மிகவும் விரும்பிப் படித்தார். சார்லஸ் டார்வினின் உயிர்களின் தோற்றம், தாமஸ் ஹக்ஸ்லியின் பரிணாம வாதமும் அறநெறிகளும். ஜ.எஸ்.மில்லின் தர்க்க சாஸ்திர முறை ஹெர்பர்ட் ஸ்பென்சரின் சமூக இயல் ஆய்வு மான்டெஸ்க்யூவின் சட்டத்தின் சாரம் ஆகிய நூல்களையும், ரூசோ எழுதிய நூல்கள், கிரேக்க, ரோம இதிகாசங்கள் ஆகிய பலதரப்பட்ட நூல்களையும் மாவோ கவனத்துடன் படித்தார். சீன மொழியில் மொழி பெயர்க் கப்பட்ட பிரபலமான நூல் எதையும் அவர் விட்டு வைக்கவில்லை.

தான் படித்த பள்ளியில் மாணவர் சங்கம் ஒன்றை அமைத்து, அமைப் புரீதியான இயக்கத்தில் உள்ள தனது அக்கறையையும் ஆற்றலையும் மாவோ வெளிப்படுத்தினார். 1918-ல் மேற்படிப்புக்கு பீகிங் புறப் பட்டுச் சென்றார். மாவோ மீது அன்பு வைத்திருந்த பேராசிரியர் ஒருவரின் பரிந்துரையில் பீகிங் பல்கலைக்கழக நூல் நிலையத்தில் உதவியாளராக மாசேதுங் நியமனம் பெற்றார். இந்த நூல் நிலையம் அவர் அறிவுப் பசிக்கு நல்ல விருந்தாயிற்று. கம்யூனிச கட்சி ஆட்சி முறை பற்றி நன்கு அறிந்துகொண்டார். மாவோ 1919-ம் ஆண்டு இறுதியில் ஹனானுக்குத் திரும்பினார். 1921-ம் ஆண்டு தொடக்கத்தில் சாங்ஷாவில் ஒரு கம்யூனிஸ்டு அமைப்புக் கிளையை அமைக்க மாவோ உதவினார். பிறகு ஹனான் மாகாணக் கட்சியின் செயலாளரானார்.

விவசாயிகளின் புரட்சிகரத் தன்மையின் காரணமாக அந்த வர்க்கத்தின் மீது கம்யூனிஸ்டு கட்சி பிரதான கவனம் செலுத்த வேண்டும் என மாசேதுங் வலியுறுத்தினார். ரஷ்யப் புரட்சியின்போது லெனின் தொழி லாளர்கள் அனைவரையும் ஒன்றிணைத்து மிகப்பெரும் மாற்றத்திற்கு வழி வகுத்தார். ஆனால், மாசேதுங் விவசாயப் பெருங்குடி மக்கள் அனை வரையும் ஓரணியில் திரட்டிப் போராட வேண்டும் என்று விரும்பினார். 1927-ல் அகில சீன விவசாயச் சங்கத்துக்குத் தலைவரானார். இதுதான் அகில சீன அளவில் அவரை நிலை நிறுத்திக்கொள்ள உதவியது.

கோமிங்டாங் வலதுசாரி தலைவர்கள் ராணுவ நடவடிக்கையின் மூலம் கம்யூனிஸ்டு தொழிலாளர் இயக்க செல்வாக்கை அழிப்பது என்று முடிவு செய்தனர். அதன் தொடர்ச்சியாக, 1927, மார்ச் மாதத்தில் சியாங்கை ஷேக் ராணுவத்தினர் ஷாங்ஹாய் மாநகரத்துக்குள் நுழைந்து சீனர்களின் குடியிருப்புப் பகுதிகளைப் பிடித்துக்கொண்டனர். சியாங்கை ஷேக் ஒரு போட்டி அரசாங்கத்தை அமைத்துக் கொண்டார்

கம்யூனிசத்தை ஒழிக்க ஒன்று சேர்ந்த மேற்கத்திய ஏகாதிபத்தியங்கள் இந்தப் போட்டி அரசுக்கு அங்கீகாரம் அளித்தன. தனது சொந்த அரசையே உதறித்தள்ளி, போட்டி அரசாங்கம் அமைத்த சியாங்கை

ஷேக், ஷாங்ஹாய் மாநகரில் கம்யூனிஸ்டுகள் மீதும், தொழிற்சங் கங்கள் மீதும் போர் தொடுத்தார். இவர்கள் அனைவரையும் வேட் டையாடி, நூற்றுக்கணக்கானவர்களைச் சுட்டுத் தள்ளி, ஆயிரக்கணக் கானவர்களைக் கைது செய்தார். சியாங்கை ஷேக் கட்டுப்பாட்டில் வந்த கோமிங்டாங் அரசாங்கம், சன்யாட்சன் வகுத்தளித்த கொள் கைகளான ஏகாதிபத்திய எதிர்ப்பு, நிலப்பிரபுத்துவ எதிர்ப்பு ஆகிய வற்றுக்கு துரோகம் செய்து, ஏகாதிபத்தியவாதிகளுடன் கைகோத்துக் கொண்டது.

சீனச் செம்படையும், கம்யூனிஸ்ட் கட்சியும் தீரமிக்கப் போர் நடத் தியும்கூட, சியாங்கை ஷேக்கின் சுற்றி வளைத்துத் தாக்குவது என்ற உத்தியை எதிர்கொள்ள முடியவில்லை. முழுமையாக அழிக்கப்படு வதிலிருந்து தப்புவதற்காக 1934, அக்டோபரில் முற்றுகையிடப்பட்ட தளங்களிலிருந்து முற்றுகையை உடைத்துக்கொண்டு செம்படையும், கம்யூனிஸ்ட்டுகளும் வெளியேறி, அதுவரை வரலாறு கண்டிராத ஒரு நீண்ட நெடும் பயணத்தைத் தொடங்கினர்

சீன வரலாற்றின் மிக முக்கியமான கட்டமாக வர்ணிக்கப்படுகிறது இந்த நீண்டநெடும்பயணம்.

மாசேதுங், சூ என்லாய் தலைமையில் செம்படையின் பிரதான பிரிவுகள், 85,000 வீரர்கள், கம்யூனிஸ்ட் கட்சியினர் 15,000 பேர் சியாங்ஸி மாகாண முற்றுகையிலிருந்து துணிந்து வெளியேறி வட மேற்கே 3000 கி.மீ. தொலைவிலுள்ள ஸ்ஜெசுவான் பிரதேசத்தை நோக்கிப் பயணித்தனர். பகலில் அவ்வப்போது பதுங்கி, அதிகமாக இரவு நேரத்தில் தொடர்ந்து நடந்து மழை, இடி, மின்னல், வெயில் என்று பாராமல் ஓராண்டுகாலம் நடைபயணத்தை மேற்கொண்டனர். வருடம் முழுவதும் அவர்கள் நாளன்றுக்கு நடந்த தூரம் 26 மைல்கள்.

நிரந்தரமாகப் பனி மூடியிருந்த 5 மலைத் தொடர்கள் உள்ளிட்ட 18 மலைத் தொடர்களையும், 24 ஆறுகளையும், 62 மாநகரங்கள் மற்றும் நகரங்களையும் அவர்கள் கடந்து சென்றனர். இது உலக வரலாற்றில் ஒரு கடினமான சாதனை நிகழ்ச்சி. வேறு சில பிரதேசங்களிலிருந்தும் செம்படையினர் வடக்கு ஷான்க்சி வந்து சேர்ந்தனர்.

பயணம் மேற்கொண்ட முதல் மாதத்திலேயே 25 ஆயிரம் பேர் மரண மடைந்தனர். பதினோரு மாகாணங்கள் வழியாக சுமார் 10 ஆயிரம் கிலோமீட்டர் தூரம் காடு, மலை, வனாந்திரப் பிரதேசங்களைக் கடந்து, வரும் வழியில் மேலும் பலர் இறந்து போனார்கள். அதை ஈடு கட்டும்விதமாக ஆங்காங்கே புதிதாகப் பலர் சேர்ந்துகொண்டதும்

நடந்தது. இந்தப் பயணத்தின்போது இருபது கோடி மக்களைச் சந்தித்து, இறுதியில் வெற்றிகரமாக வந்து சேர்ந்து, உலக வரலாற்றில் சீனக் கம்யூனிஸ்ட்டுகள் இணையற்ற புதிய வரலாற்றைப் படைத்தனர்.

இந்த நெடும்பயணத்தின்போது மாவோ தன்னுடையது என்று எதையும் எடுத்துக்கொள்ளவில்லை. தனது கைப்பெட்டியைக்கூடத் தூக்கி யெறிந்து விட்டார். பயணம் தொடங்கியபோது, மாவோவின் துணை வியார் ஹோ ஜ 2 செ ன் கருவுற்றுச் சில மாதங்கள் ஆகியிருந்தன. பயணத் தின் தொடக்கக் கட்டத்திலேயே அவர் குண்டு தாக்குதலில் காயமடைந் தார். அவருடைய உடலில் ஏகப்பட்ட குண்டுத் துகள்கள் இருந்தன. இன்னும் இரு புகழ் பெற்ற பெண்மணிகள் லி ஃபு சன்னின் மனைவி சாய் சேங், சூ என் லாயின் மனைவி டெங் யிங் காவோ ஆகியோர். இவர்களும்கூட காச நோயால் பாதிக்கப்பட்டு நலிவுற்றிருந்தனர்.

மாவோ ஓய்வுக்காக ஒரு தூக்குப் படுக்கையில் எடுத்துச் செல்லப்பட்ட நேரம் தவிர மற்ற நேரங்களில் எல்லாம் தனது சக தோழர்களோடு நடந்தே சென்றார். பயணம் சென்றவர்களில் ஆயிரக்கணக்கான பெண்கள் இருந்தனர். அவர்கள் கட்சி மற்றும் அரசின் உயர்ந்த பதவிகளில் இருந்தோரின் மனைவியர் ஆவர். பிற பெண்களும், மாவோவின் இரு குழந்தைகள் உட்பட அனைத்துக் குழந்தைகளும் வழியில் விவசாயக் குடும்பங்களிடையே விட்டுச் செல்லப்பட்டனர். அவர்களைப் பிறகு கண்டு பிடிக்கவே முடியவில்லை.

அசைக்க முடியாத இலட்சிய வெறியோடும், உறுதியான மனநிலை யோடும் நெடும்பயணத்தில் கலந்து கொண்ட வீரர்களுக்கு கொடிய அனுபவங்களாக நேர்ந்த உடல் உபாதைகள் பல. பலருக்கு இதய நோய் வந்தது. மேலும் பலருக்கு அதிக மனஅழுத்தத்தின் காரணமாக நரம்பியல் கோளாறுகள் ஏற்பட்டன. நெடும்பயணம் முடிவுற்ற உட னேயே பலருக்கு கால்களிலும், பாதங்களிலும் புண்கள் ஏற்பட்டன. ரத்த சோகையால் தாக்கப்பட்டனர். மோசமான இந்த நெடும் பயணத்தை அமெரிக்க பத்திரிகையாளர் எட்கர் ஸ்நோ என்பவர், 'சீனாவின் மீது ஒரு சிவப்பு நட்சத்திரம்' என்ற தனது நூலில், 'சாகசம், ஆராய்ச்சிப் பயணம், கண்டுபிடிப்பு, மனிதத் துணிச்சல் மற்றும் கோழைத்தனம், களிப்பு மற்றும் வெற்றி, துன்பம், தியாகம் மற்றும் விசுவாசம், இந்த நெடும்பயணத்தின் வரலாற்றில் புதைந்து கிடப்ப தாக நான் உணர்கிறேன்' என்று எழுதியிருக்கிறார்.

இந்த சரித்திரப் பிரசித்தி பெற்ற நடைப்பயணத்தின் இடையில்தான் மற்றொரு மிக முக்கிய நிகழ்வு மாசேதுங்கின் நேரடி தலைமைக்கு வழிகோலியது.

நெடும்பயணத்தின் வழியில் 1935, ஜனவரி மாதத்தில் கட்சியின் தலைவராக மாசேதுங் நியமிக்கப்பட்டு, மத்தியக் கமிட்டி மற்றும் செஞ்சேனை ஆகியவை மாசேதுங் தலைமையில் கொண்டு வரப் பட்டன. பேச்சுவார்த்தை மூலம் சுமுகமாகத் தீர்வு காணவேண்டும் என்ற நோக்கத்துடன் மாசேதுங், சியாங்கை ஷேக்குடன் நேரடியாகப் பேச்சுவார்த்தை நடத்தினார். பேச்சுகள் பலனளிக்காதால் 1946, ஜூலைக்குப் பிறகு சீனாவில் உள்நாட்டுப் போர் உச்சகட்டத்தை அடைந்தது.

'ப்ளா' எனும் மக்கள் விடுதலை ராணுவம் பல முனைகளுக்குச் சென்று, எதிரிகளின் ராணுவத்தை ஒன்றன்பின் ஒன்றாகத் தகர்த்தது. சியாங்கை ஷேக் ராணுவத்தினர் பெரும் எண்ணிக்கையில் கைது செய்யப்பட்டு, போர்க் கைதிகளாக நடத்தப்படுவதற்குப் பதிலாக, அவர்களின் விருப்பத்துடனேயே மக்கள் விடுதலை ராணுவத்தில் சேர்த்துக் கொள்ளப்பட்டனர். அவர்களும், கோமிந்டாங் ராணு வத்தை எதிர்த்து போரிட வைக்கப்பட்டனர்.

இதனால் 1948-ல் படைபலத்தில் மிகப்பெரிய மாற்றம் ஏற்பட்டி ருந்தது. ஜூலை 1946-ல் கோமிந்டாங் ராணுவத்தின் படைபலம் 43 லட்சம் பேர்; ப்ளாவில் 12 லட்சம்தான். ஆனால், 1949 இறுதியில் கோமிந்டாங் படைபலம் 29 லட்சமாகக் குறைந்தது. ஆனால் செஞ் சேனை ப்ளா 30 லட்சத்துக்கும் அதிகமாக வளர்ந்து விட்டது. ராணுவ பலம், மக்கள் பலம், கொள்கை பலம் ஆகிய மூன்றும் சீனக் கம்யூனி ஸ்டுகளுக்கு சாதகமாக மாறியிருந்ததாலும், சோஷலிச நாடான சோவியத் யூனியனின் ஆதரவும், உதவியும் இருந்ததாலும், புரட்சி வெகு விரைவில் வெற்றி பெறுவதற்கான வாய்ப்பைப் பெற்றிருந்தது.

1949, ஜனவரியில் ப்ளா, பீகிங் மாநகரத்தை போரிடாமலேயே கைப்பற்றியது. அதைச் சுற்றியுள்ள கிராமப்புறங்களையும் வளைத்துப் பிடித்தது. சியாங்கை ஷேக்கின் ராணுவம் பல பகுதிகளில் நிலை குலைந்து போரைத் தொடர்ந்து நடத்துவதற்கான ஆர்வத்தை இழந்தது. இவ்வாறு நடைபெற்ற கம்யூனிஸ்ட் கட்சியின் சீனப் புரட்சி தளபதி மாசேதுங் தலைமையில் மாபெரும் வெற்றியினைப் பெற்றது.

1949, அக்டோபர் முதல் நாளன்று பீகிங்கை தலைநகராகக் கொண்டு மாசேதுங் தலைமையில் சீன மக்கள் குடியரசு பிரகடனம் செய்யப் பட்டது. சீனாவின் சிந்தனைப் போக்கை கன்பூஷியஸ் என்ற தத்துவ ஞானி பெரிய அளவில் நிர்மாணித்து இருந்தார். அதைத் தவறு என்று சொல்கிற தைரியம் யாருக்கும் அமைந்திருக்கவில்லை. மாவோ அஞ்சாமல் அதைத் தாக்கினார். மக்களின் சிக்கல்களைத் தீர்க்க

இடதுசாரி பாதையே சரியென்று குரல் கொடுத்தார். லெனினால் ஈர்க்கப்பட்டாலும் தன்னுடைய நாட்டுக்கு ஏற்றவாறு கம்யூனிசத்தை அவர் மாற்றிக் கட்டமைத்தார்.

தற்காப்பு என்பதையே போர்க்கலையின் முக்கிய அம்சமாகக் கொண்டிருந்த சீனர்களுக்கு திருப்பித் தாக்குதல் என்கிற மரபு மாவோவிடம் இருந்தே வந்தது. மாவோ நிலச் சீர்திருத்தங்களை இரும்புக்கரம் கொண்டு செயல்படுத்தினார். கல்வி மற்றும் மருத்துவத்துக்கு நிதி ஒதுக்கீடு அதிகப்படுத்தப்பட்டது.

> 'நூறு மலர்கள் மலரட்டும்
> நூறு கருத்துகள் முட்டி மோதட்டும்'

இந்தப் புகழ்பெற்ற வாசகத்தின்மூலம் தன்னை எவரொருவரும் விமர்சிக்கலாம் என்று அறிவித்தார் மாவோ. ஆனால் அப்படி எழுந்த மிகக் கடுமையான விமர்சனங்களையும் மற்றும் எதிர்ப்புக் குரல்களையும் முற்றிலும் ஒடுக்கினார். குடும்ப உறவுகள் தனி மனித சுதந்திரத்தைக் கட்டுப்படுத்தும் ஒரு விஷயம். அதனால் குடும்ப அமைப்பே கூடாது என வலியுறுத்தினார்.

மக்கள் சக்தி மகத்தானது. மக்களால் எதையும் மாற்றமுடியும் என்கிற தாரக மந்திரத்தை முழங்கி ஆட்சியைப் பிடித்த மாசேதுங்கினால் வெற்றிகரமாக ஒரு மக்கள் ஆட்சியை கொடுக்க முடிந்ததா? அடுத்த அத்தியாயத்தில் தொடர்வோம்.

4

பெரும் பாய்ச்சலும் சறுக்கல்களும்

நூற்றாண்டு காலங்களாகத் தொடர்ந்து வந்த கொடுங்கோல் முடியாட்சி முறையை 1911ல் புரட்சிகளின் மூலம் முடிவுக்குக் கொண்டுவரலாம் என உலகுக்குக் காட்டிய சன் யாட் ஸென் 1912ல் குடியரசு முறை ஆட்சியை சீனாவில் நிறுவினார். ஆனால் புரட்சியில் வென்றது போல அரசியலில் அவரால் வெல்ல முடியவில்லை. மே ஃபோர்த் என்ற கம்யூனிச இயக்கம் மாபெரும் சக்தியாக வளர்ந்துகொண்டிருந்தது. தேசியவாத கட்சிக்கும் கம்யூனிஸ்ட்டுகளுக்கும் இடையேயான சண்டை உள்நாட்டுப் போராக மாறியது. சியாங்கை ஷேக்கின் தேசியவாதி களுக்கு எதிராக மாசேதுங் போராட்டங்களையும் ராணுவ கலகங் களையும் நடத்தினார். ஆட்சியைப் பிடிப்பதில் சீனப் பொதுவுடைமைக் கட்சி பல எதிர்ப்புகளுக்கிடையில் படிப்படியாக முன்னேறிக் கொண் டிருந்தது. 1927 ஆம் ஆண்டிலும், 1934 ஆம் ஆண்டிலும் இக்கட்சிக்குப் பெருந்தோல்விகள் ஏற்பட்டன. எனினும், 1935 ஆம் ஆண்டுக்குப் பிறகு மாசேதுங் கட்சியின் தலைமைப் பொறுப்பை ஏற்றார். அதன் பின் கட்சியின் வலிமை படிப்படியாக வளர்ந்தது.

1937ல் சீனாவில் நிலவிய உள்நாட்டு குழப்பத்தை பயன்படுத்திக் கொண்டு ஜப்பானிய படை சீனாவுக்குள் புகுந்தது. இந்த இரண்டாவது சீன ஜப்பானிய போர் இரண்டாம் உலகப் போர் வரை நீண்டது. ஜப்பானியர்கள் விரட்டப்பட்ட பின் உள்நாட்டுப் போர் தொடர்ந்தது. 1949 சியாங்கை ஷேக்கின் தேசியவாதப் படை தோற்கடிக்கப்பட்டு அவர் நாட்டைவிட்டு வெளியேறி தைவானில் தனி சீன அரசு அமைத் தார். அவரது கோமிந்டாங் கட்சி அவர் மரணத்துக்குப் பின் வலு விழந்து சிதறுண்டது.

போராடிக்கொண்டிருந்த கம்யூனிஸ்ட் சக்திகள் பலம் பெற்றன. மாசேதுங் தலைமையில் சீன மக்கள் குடியரசு பிரகடனப் படுத்தப்

28

பட்டது. சீன மக்கள் குடியரசின் அரசாங்கம் நிறுவப்பட்டுள்ளதாக தலைவர் மாசேதுங் 1949ம் ஆண்டு அக்டோபர் திங்கள் முதல் நாளன்று தியானென்மென் வாயிற்கோபுரத்தில் அறிவித்தார். இந்தச் சதுக்கம் சீன அரசியலின் பல திருப்பங்களை சந்தித்திருக்கிறது. இன்றும் அரசின் முக்கிய அறிவிப்புக்களை இங்கிருந்து வெளியிடும் சம்பிரதாயம் தொடர்கிறது.

இவ்வளவு பெரிய போராட்டங்களை வழிநடத்திய மாசேதுங் ஒரு பயிற்சி பெற்ற ராணுவ வீரர் இல்லை. பல்கலைக்கழகங்களில் உயர் கல்வி தத்துவங்கள் படித்தவர் இல்லை. ஒரு சாதாரண சீன விவசாயக் குடும்பத்தில் பிறந்தவர். சுயமாகவே கற்றறிந்து, கம்யூனிஸ்ட் கட்சியின் மீது ஆர்வம் கொண்டு பணியாற்றி மாகாணக் கட்சி செயலாளராகி, விவசாயிகள் சங்கத் தலைவராகி படிப்படியாக முன்னேறி 1920 ஆம் ஆண்டில் அவர் கொள்கைப் பற்று மிகுந்த ஒரு பொதுவுடைமைவாதியாக வளர்ந்தார்.

1921 ஆம் ஆண்டில் சீனப் பொதுவுடைமைக் கட்சியைத் தோற்றுவித்த 12 பெருந்தலைவர்களுள் ஒருவர் மாசேதுங். எனினும், கட்சி தலைமையின் உச்ச பீடத்துக்கு அவர் மிக மெதுவாகவே ஏறிக் கொண்டிருந்தார். 1935 ஆம் ஆண்டில்தான் அவரால் கட்சியின் தலைவராக ஆக முடிந்தது. முப்பது ஆண்டுக் காலம் உள்நாட்டுப் போர்களினால் அலைக்கழித்த பின்னரே சீனா, பொதுவுடைமைக் கட்சி தலைவர் என்ற முறையில் மாசேதுங்கின் ஆட்சியின் கீழ் வந்தது.

தொடர்ந்து 1954 ஆம் ஆண்டில் அப்போது தைவானில் சியாங்கை ஷேக் தலைமையிலிருந்த தேசிய அரசை எதிர்த்து ஒரு பெரும் போரைத் தொடங்கும் அளவுக்குப் பொதுவுடைமைக் கட்சி வலிமை பெற்றது.

மாவோ நாட்டின் தலைமையை ஏற்றவுடன் நாட்டின் நிலப்பரப்பு முழுவதும் பொதுவுடைமையினரின் கட்டுப்பாட்டின் கீழ் வந்தது.

அப்போது சீனாவில் வறுமை தலைவிரித்தாடியது. நாடு வளர்ச்சியடையாமல் மிகவும் பின் தங்கியிருந்தது. பழைய மரபுகளில் ஊறிப் போயிருந்த கோடிக்கணக்கான மக்கள் படிப்பறிவில்லாத குடியானவர் களாக இருந்தனர். எழுத்தறிவு 15% மட்டுமே. ஆட்சியைப் பிடித்த போது மாசேதுங்குக்கு 56 வயது ஆகியிருந்தது. நவ சீனாவை உருவாக்கும் மாபெரும் பணி அவர் முன் மலைபோல் எழுந்து நின்றது. கட்டுப்பாடான தொடர்ந்த வளர்ச்சி என்பது அவருடைய எண்ணமாகயிருந்தது.

அப்போது நாட்டில் 95% மக்கள் தங்களது வாழ்வாதாரத்துக்கு நிலத்தையே நம்பியிருந்தார்கள். கிட்டத்தட்ட 80% நிலஉரிமை 10% மக்களிடமிருந்தது. மற்றவர்களுக்கு நிலம் இல்லை. ஆனால் நிலத்தில் வேலைசெய்யும் கூலித் தொழிலாளிகளாக இருந்தனர். உழூப வனுக்கே நிலம் சொந்தம் என்ற சித்தாந்தத்தை சொல்லிக்கொண் டிருந்த கம்யூனிஸ்ட் அரசாங்கம் உடனடியாக நிலச்சீர்திருத்தங்களை செய்யத் தொடங்கியது. நிலவுடைமை நிலத்தை உழுதவர்கள் பேரில் மாற்றப்பட்டது. மிகவும் விமர்சிக்கப்பட்டவை இந்தச் சீர்திருத் தங்கள். ஆனால் 1949லிருந்து தொடர்ந்து வளர்ந்து கொண்டிருக்கும் இன்றைய பிரம்மாண்டமான தொழில் வளர்ச்சி கண்ட சீனாவின் மகா வளர்ச்சிக்கு இந்த சீர்திருத்தங்கள் தான் அடிப்படையாக இருக்கிறது.

புரட்சியில் வெல்வதை விடவும் சவாலானது அதைத் தக்க வைத்துக் கொள்வது என்பதை உணர்ந்த மாவோ அதற்காக மக்கள் முன் வைத்த திட்டம். மாபெரும் பாய்ச்சல் என்று அழைக்கப்பட்டது.

மாவோ ஆட்சியைப் பிடித்தபோது சீனா ஒரு நில பிரபுத்துவ நாடாக இருந்தது. நாட்டின் 80% நிலங்கள் 10% நில உரிமையாளர்களின் வசம் இருந்தது. இந்த நிலங்களை எந்தவித இழப்பீடும் கொடுக்காமல் அதி ரடியாக நாட்டுமையாக அறிவித்து அதை உழைக்கும் மக்களின் பயன் பாட்டுக்கு வினியோகித்தார் மாசேதுங். முற்றிலும் விவசாயத்தையே நம்பியிருந்த சீனப் பொருளாதாரத்தை நவீனமாக்க, மிகப்பெரிய நிலச் சீர்திருத்தங்களைக் கொண்டுவந்தார். இதன்படி நிலம் பல கம்யூன் களாக பிரிக்கப்பட்டது. இதில் உழைப்பவர்களுக்கு ஊதியம், உற்பத் தியாவது நாட்டுக்கு என்ற சித்தாந்தம் உருவாக்கப்பட்டது சோவியத் பாணியில் 200 குடும்பங்களுக்கு ஒரு கம்யூன் என்ற கூட்டுப்பண்ணை முறை ஏற்படுத்தப்பட்டது. உற்பத்தி இலக்குகள் அரசால் நிர்ணயிக் கப்பட்டது. அத்தனை அதிகாரங்களும் கம்யூனிச கட்சி நிர்வாகிகளின் கையில் இருந்தது. நீதித்துறை, சட்டக் கல்லூரிகள் மூடப்பட்டது.

திட்டத்தின் மற்றொரு அம்சம் நாட்டை தொழில்மயமாக்கல். இதன் மூலம் முதல் முறையாக சீன விவசாயிகள் சொந்தத் தொழில்கள் என்ற முறையை அறிந்தார்கள். சிறிய அளவில் வீட்டிலேயே பின் பகுதியில் தொழிற்சாலைகள் தொடங்குவதுகூட ஊக்குவிக்கப்பட்டது.

சீனா முழுவதும் ஆறு லட்சம் உருக்கு ஆலைகள் சிறிய அளவில் தொடங்கப்பட்டன. கம்யூன்கள் பரந்த அளவில் ஆரம்பிக்கப்பட்டன. அடுத்து வரும் ஆண்டுகளில் விளைச்சல் அதிவேகமாகப் பெருகும் வகையில், தொழில்துறை பெருமளவில் முன்னேறும் வகையில், இந்தத் திட்டம் உருவாக்கப்பட்டது.

இது ஓர் அரசு திட்டமாக இருப்பதைவிட மக்கள் திட்டமாக இருக்க வேண்டும் என மாவோ விரும்பினார். அப்போதுதான் அது வெற்றி பெறும் என்பது அவர் மதிப்பீடு. கம்யூனிஸ்ட் கட்சியும் மக்களும் மீன்களும் நீர்நிலையும்போல் இருக்கவேண்டும் என்றார் மாவோ. நீருக்கு மீன்கள் தேவையில்லை. மீன்களுக்கு நீர் வேண்டும். கட்சி இல்லாமல் மக்களால் இருந்திடமுடியும். ஆனால், அவர்கள் இல்லா மல் நாம் கட்சி நடத்தமுடியாது. எனவே, மாபெரும் பாய்ச்சல் திட்டத்தைச் செயல்படுத்தும்போது மக்களின் ஒத்துழைப்பை முழு வதுமாகப் பெறவேண்டும் என்று வலியுறுத்தினார் மாவோ. எனவே, கட்சியினர், விவசாயிகள், நகர்ப்புற மக்கள் என்னும் பேதங்கள் இன்றி அனைவரும் இந்தக் காலகட்டத்தில் ஒன்றிணைந்து உழைத்தனர்.

ஆனால் மேற்கத்திய நாடுகளுக்கு இணையாக தொழில் மயமாக்கு வதில் அதிகம் கவனம் செலுத்தப்பட்டதால் உணவு உற்பத்தி பெரும் வீழ்ச்சியைக் கண்டது. இதைச் சரிசெய்ய கம்யூன்கள் முறையில் பெரும் மாற்றம் கொண்டுவரப்பட்டது. நாட்டின் விவசாயிகள் அனை வரும் 50,000 கம்யூனுக்குள் கொண்டுவரப்பட்டார்கள். ஒரு கம்யூன் என்பது 5000 குடும்பங்கள் என பிரிக்கப்பட்டது. கூடுதலான உழைப்பு அதிக உற்பத்தி எனப் பேசப்பட்டது. ஆனால் இந்த முன்னோக்கிப் பாயும் பாய்ச்சல் திட்டம் எதிர்பார்த்த வெற்றியைத் தரவில்லை. மாறாக பல எதிர்விளைவுகளை ஏற்படுத்தியது. மக்கள் தொகையின் தேவைக்கு ஏற்ப உணவு உற்பத்தி பெருகவில்லை. தேசம் பெரும் பஞ்சத்தை சந்தித்தது. வறுமை அதிகரித்தது. இந்த பஞ்சம்கூட மாவோ வால் தன்னை நிலைநிறுத்திக்கொள்ள செயற்கையாக ஏற்படுத்தப் பட்டது எனவும் ஒரு கருத்து நிலவுகிறது.

சித்தாந்த அரசியல் என்ற பெயரில் 30 ஆண்டுகள் மாவோவின் தலை மையில் நடந்த ஆட்சியில் மக்கள் மிகுந்த கஷ்டங்களை அனுபவித் திருக்கிறார்கள். பணக்காரர்கள் கிராமங்களுக்கு விரட்டப்பட்டு கடின மான வேலைகளைச் செய்ய கட்டாயப்படுத்தப் பட்டார்கள். எதிர்ப் புகள் கடுமையாக அடக்கப்பட்டன என்பதும் வரலாறு பதிவு செய் திருக்கும் உண்மை.

மாசேதுங் பதவியேற்றதிலிருந்து 1976 ஆம் ஆண்டில் அவர் இறக்கும் வரையில், அவர் செயல்படுத்திய கொள்கைகள் சீனாவை அடியோடு மாற்றியமைத்தன. இந்த மாற்றத்தின் ஒரு முக்கியமான அம்சம், நாடு முழுவதும் பொதுவாக நவீன மயமாக்கப்பட்டதாகும். குறிப்பாக, நாட்டின் தொழில்மயமாக்குதல் மிகத் துரிதமாக நடைபெற்றது. பொதுக் கல்வி மிகப் பெருமளவுக்கு விரிவடைந்தது. பொதுச்

சுகாதாரத்தில் பெரும் முன்னேற்றம் ஏற்பட்டது. நாட்டின் தொடர்ந்த வளர்ச்சி என்ற அடிப்படைக் கொள்கையில் எழுந்த மாற்றங்கள் தொடர்ந்தன. இன்று நாம் பார்க்கும் வளர்ந்த சீனாவின் வலுவான அடித்தளம் இதில்தான் உருவாகியிருக்கிறது. இந்தப் புரட்சிதான் சீன மக்களை உலகின் முதல் தர குடிமகனாக உயர்த்தும் நிலைக்கும், நாட்டின் வளர்ச்சி பாதையில் வேகமாக பயணிக்கவும் பெரிதும் உதவி யிருக்கிறது. 'நாட்டின் வளர்ச்சி என்பது மிக முக்கியமான விஷயம். இதில் மக்கள் பங்கு பெருமளவில் இருக்க வேண்டும்' என்பது மக்களுக்கு திரும்பத் திரும்பச் சொல்லப்பட்டது.

சீனாவில் பொருளாதார முறையை முதலாளித்துவத்திலிருந்து சமதர்ம முறைக்கு மாற்றியது மாவோ அரசின் இரண்டாவது பெருஞ்சாதனை. அரசியல் ஆட்சியைப் பொறுத்தவரையில் ஈவிரக்கமற்ற ஒரு சர்வாதி கார ஆட்சி முறையில்தான் நிறுவப்பெற்றது. அரசின் பிரசார எந்தி ரத்தை இடைவிடாமல் பயன்படுத்தியதன் மூலம், அரசியல் பொருளா தாரப் புரட்சியை மட்டுமின்றி, சமூகப் புரட்சியைத் தூண்டுவதிலும் மாசேதுங் ஓரளவு வெற்றி பெற்றார். வரலாறு நெடுகிலும் சீன மக்கள் ஆழ்ந்த குடும்பப் பாசம் மிகுந்தவர்களாகவே இருந்து வந்திருக் கிறார்கள். ஆனால் மாவோவின் ஆட்சி ஆண்டுகளில் அவர்களுடைய இந்தக் குடும்பப் பாச உணர்வு தீவிர நாட்டுப் பற்றாக மாற்றப் பட்டுள்ளது. 'குழந்தைகளே உங்கள் பெற்றோர்கள் கெட்டவர்கள்; அவர்களை வெறுத்து ஒதுக்குங்கள்' என்று கூட பிரசாரங்கள் செய்யப் பட்டது.

மேலும் கன்ஃபூசியசின் கொள்கைகளுக்கு எதிராக சீன அரசு தீவிரமான பிரசாரத்தை முடுக்கிவிட்டு அதில் வெற்றியும் கண்டிருக்கிறது. மொத்தத்தில் இந்த மாபெரும் பாய்ச்சல் திட்டத்தில் சறுக்கல்கள், தவறுகள் இருந்தாலும் மாவோவின் அடிப்படைக் கொள்கையான நாட்டின் ஒட்டுமொத்த வளர்ச்சி பற்றிய ஆழமான எண்ணம் அடுத்த தலைமுறை மக்கள் மனத்தில்கூட நிலைத்து நின்றுவிட்டது. இது மாவோவின் வெற்றி மட்டுமில்லை. இன்றைய சீனாவின் வெற்றிக்கு அடிப்படை காரணமும் கூட.

இருந்தாலும் திட்டத்தின் தோல்விக்காக, அதிபர் பொறுப்பில் இருந்து 1959-ல் மாவோ விலகினார். தொடர்ந்து, லியு ஷாகி அதிபர் ஆனார். என்றாலும், கட்சியில் மாவோவின் செல்வாக்கு அழுத்தமாகவே இருந்தது.

மக்களிடம் இருந்த தன் செல்வாக்கால் 1966 ஆம் ஆண்டில், மாவோவும் அவரது கூட்டாளிகளும் கலாசாரப் புரட்சியைத்

தொடங்கி வைத்தனர். இது பத்தாண்டுகள் கழித்து மாவோ இறக்கும் வரை தொடர்ந்தது. கட்சிக்குள் நிலவிய பதவிப் போட்டியினாலும், சோவியத் ஒன்றியத்தின் மீது ஏற்பட்ட பயத்தினாலும் ஊக்குவிக்கப் பட்ட இக் கலாசாரப் புரட்சி சமுதாயத்தில் குழப்பநிலையை அதிகப் படுத்தியது. இந்தப் புரட்சி மக்களை கிராமங்களுக்குப்போய் நாட்டுக் காக உழைத்து அவற்றை நகரங்களாக்க வேண்டும் என்ற சித்தாந் தத்தில் கட்டாயமாக அமுல் படுத்தப்பட்ட திட்டமாகும்.

இந்தத் திட்டத்தின் மூலம் நகரங்களில் இருந்த இளைஞர்களை கிராமங்கள் நோக்கி கட்டாயப்படுத்தி அனுப்பி வைக்கப்பட்டனர். பண்டைய சீனாவின் அடையாளங்கள் அழித்து ஒழிக்கப்பட்டன. பள்ளிகள் மூடப்பட்டு இளைஞர்கள் புதிய புரட்சிக்காக கிராமங்களில் போய் கடின வேலைக்கு ஆட்படுத்தப்பட்டார்கள். பூர்ஷ்வா சக்திகள் முதலாளித்துவத்தை மீண்டும் கொண்டு வர முயல்கின்றன என்று சொல்லி சந்தேகத்துக்கு உள்ளான பல்லாயிரம் பேர் செம்படையால் கொல்லப்பட்டார்கள்.

இந்த காலகட்டத்தில் மாவோ நோய்வாய்ப்பட்டிருந்தார். அவரது எண்ணங்கள்தான் செயல்படுத்தப்பட்டனவா அல்லது அவரது பெய ரால் நிகழ்த்தப்பட்ட அராஜகங்களா? என்பது இன்றுவரை விவாதிக் கப்பட்டுக்கொண்டிருக்கும் ஒரு விஷயம்.

சோவியத் யூனியனில் பிறந்த கம்யூனிசம் என்ற தத்துவத்தை வேறு ஒரு கோணத்தில் வடிவமைத்த, புரட்சியினால் ஆட்சியைப் பிடித்த, ஆட்சியில் இல்லாத போதும் நாட்டின் வளர்ச்சிக்காக ஒரு கலாசாரப் புரட்சியை நடத்தி மிகப்பெரிய சறுக்கலைச் சந்தித்த இந்த மாவோ தான் இன்றைய முதலாளித்துவ பாணி சீனா உருவாக காரணமாக இருந்தார். அடுத்த முதலாளித்துவப் பெரும்பாய்ச்சலுக்கு அடித்தளம் அமைத்தவர் இவர்தான் என்பதை உங்களால் நம்ப முடிகிறதா?

5

மாவோ திறந்துவைத்த முதல் ஜன்னல்

முதலாளித்தவம் என்பது பொதுவுடைமை தத்துவத்தின் வெற்றி களை அழிக்கும் ஆதிக்க சக்தி என்று முழங்கிய மாவோ அதை எப்படி சீனாவுக்கு வரவேற்றார் என்ற வரலாற்றைப் பார்க்கும் முன் இன்றைய சீனாவின் முகத்தைச் சற்றுப் பார்ப்போம்.

ஜி ஜின்பிங் (Xi Jinping) என்பவர்தான் சீனாவின் இப்போதைய தலைவர். கடந்த ஆண்டு (2013) மார்ச் மாதம் அதிகாரபூர்வமாக தேர்ந் தெடுக்கப்பட்டவர். கம்யூனிஸ்ட் கட்சியின் தேசிய கூட்டத்தில் பங்கேற்ற 2956 பிரதிநிதிகளில் 2952 பேர் இவருக்கு வாக்களித்தனர். எதிர்த்து எவரும் போட்டியிடவில்லை. 3 பேர் ஒட்டளிக்கவில்லை. ஒருவர் எதிராக வாக்களித்தார். இம்மாதிரி வினோதமான தேர்தலையும் அரசியல் அமைப்பையும் பற்றி அறிந்துகொள்வதற்கு முன்னால் அவர் பேசியிருப்பதை பாருங்கள்.

'சீனாவுக்குத் தேவையானது ஒரு புதிய கனவு. துணிவுடன் கனவு காணுங்கள். கடுமையாக உழையுங்கள். தொடர்ந்து தக்க வைத்துக் கொள்ளக்கூடிய வளர்ச்சியை (sustainable development) கனவு காணுங்கள். கட்சியின் எல்லா மட்ட உறுப்பினர்களும் தாங்கள் ஆற்றும் பணியில் வளரக்கூடிய சூழலை உருவாக்குங்கள். இளைஞர் களே உங்கள் பொன்னான இளமைக்காலத் துடிப்பை நாட்டை முதன் மையாக்கப் பாடுபட்டு புதிய சீனா கனவை நிறைவேற்றுங்கள்.'

பதவியேற்றவுடன் அவர் ஆற்றிய எழுச்சிமிகுந்த உரையின் மற்றொரு ஒரு பகுதி இது : 'மிக ஆபத்தான கட்டத்தில் இருக்கிறோம். இப்போது பெருகி வரும் ஊழல், நாம் இப்போது அதை ஒழிக்காவிட்டால் அது கம்யூனிஸ்ட் கட்சியை அழித்துவிடும்.' முதல் முறையாக சீன அரசு நாட்டில் ஊழல் மலிந்திருப்பதை ஒப்புக் கொண்டிருக்கிறது.

இவருடைய பேச்சில் கவனிக்க வேண்டிய ஒரு முக்கிய அம்சம் அவர் சொல்லும், 'தொடர்ந்த வளர்ச்சி'. இவர் மாசேதுங்குக்குப் பின் வந்த 5வது தலைவர்.

மாவோ, டெங் ஜியோபிங். ஜியாங் ஜெமின், ஹூ ஜிண்டாவ் போல ஜி ஜின்பிங்கும் அடிக்கோடு இட்டு வலியுறுத்தும் விஷயம் 'தொடர்ந்த தக்கவைத்துக்கொள்ள கூடிய வளர்ச்சி'. சீனாவில் அதிபரின் பதவிக் காலம் 10 ஆண்டுகள். கடந்த 50 ஆண்டுகளாக நாட்டின் வளர்ச்சியைத் தான் பல புதிய வார்த்தைகளில் தொடர்ந்த வந்த தலைவர்கள் சொல்லி வருகிறார்கள். மக்களுக்கு மறக்க முடியாத வேதமாக போதிக்கப் பட்டுக்கொண்டிருக்கிறது. இதுவும் சீனாவின் தொடர்ந்த வெற்றிக்கும் இன்றைய நிலைக்கும் ஒரு முக்கிய காரணம்.

சீனாவின் அரசியல் அமைப்பு முறை கம்யூனிஸம் என்பது எல்லோ ருக்கும் தெரியும். ஆனால் இப்போது இருப்பது உண்மையான கம்யூ னிசமா? என்பது உலகம் முழுவதும் எழுப்பப்பட்டிருக்கும் கேள்வி. 'சீன மக்கள் குடியரசானது உழைக்கும் வர்க்கத்தின் தலைமையில், தொழிலாளர் விவசாயிகளின் ஒன்றியத்தை அடிப்படையாகக் கொண்ட, மக்களின் ஜனநாயக சர்வாதிகாரத்தைக் கொண்ட சோஷலிச நாடு' என்கிறது மாவோ பிரகடனப்படுத்திய சீனாவின் அரசியல் சாஸனம்.

ஆனால் இந்த வாசகங்களில் இன்றும் உண்மையாக இருப்பது 'ஜனநாயக சர்வாதிகாரம்' மட்டுமே. கம்யூனிஸ முறையில் இருக்கும் கட்டுப்பாடான கட்டமைப்பை மட்டும் காப்பாற்றிக்கொண்டு மெல்ல முதலாளித்துவ தேசமாகிக்கொண்டிருக்கிறது இன்றைய சீனா. இதைத் தங்கள் அடிப்படை அரசியல் அமைப்புகளை மாற்றாமலேயே செய்து கொண்டிருப்பதுதான் மிகப்பெரிய ஆச்சரியம். 'நாட்டின் வளர்ச்சி' என்ற ஒரே குறிக்கோளை மட்டுமே நோக்கி அடுத்தடுத்து வரும் தலை மைகள் செயல்படுகின்றன. மக்கள் எப்படி இப்படிப்பட்ட 'ஜனநாயக சர்வாதிகார'த்தை ஏற்றுக்கொண்டார்கள்? இதைப்பற்றி தெரிந்து கொள்ள அந்த அரசியல் அமைப்பைப் புரிந்துகொள்ள வேண்டும்.

தேசிய மக்கள் பேரவை அமைப்பு என்பது நாட்டின் ஜனநாயக சர்வாதி கார அதிகார அமைப்பின் தலைமைப் பீடம். ஜனநாயக நாடுகளைப் போல அதிகார நிறுவனங்கள் சுதந்தரமாக இயங்கமுடியாது. ஆனால் அதே நேரத்தில் தனி ஒருவரின் சர்வாதிகாரத்தில் ஆட்சி இயங்குவ தில்லை. 18 வயது அடைந்த சீனக் குடி மக்களுக்கு வாக்களிக்கும் உரிமையும் தேசிய மக்கள் பேரவைப் பிரதிநிதியாக தேர்ந்தெடுக் கப்படும் உரிமையும் உண்டு. சீனாவில் பல்வேறு நிலையில் மக்கள்

பேரவைகளில் வட்ட, மற்றும் மாவட்ட நிலையில் மக்கள் பேரவைக்கான பிரதிநிதிகள் நேரடி தேர்தல் மூலம் தேர்ந்தெடுக்கப்படுவர். இந்த அடிப்படை நகர, வட்ட மக்கள் பேரவைகளில் ஓரளவு ஜனநாயகம் இருக்கிறது. தேர்தல்கள் போட்டிகள் எல்லாம் உண்டு.

இதற்கு அடுத்த மேலான நிலையிலுள்ள மாநிலங்கள் தன்னாட்சி பிரதேசங்கள். அரசின் நேரடி ஆட்சியின் கீழ் உள்ள நகரங்களில் இந்தத் தேர்தல்கள் இருந்தாலும் மக்கள் பேரவையின் பிரதிநிதிகள், கட்சி, கட்சி சார்ந்த அமைப்புகளின் பிரதிநிதித்துவ முறையிலும் தேர்ந் தெடுக்கப் படுகின்றனர். இவர்கள் பதவிக் காலம் 5 ஆண்டுகள். ஆண்டுக்கு ஒருமுறை கூடும் இதில் அரசாங்கத்தின் முக்கிய பணிய நிக்கை என்ற திட்ட அறிக்கை அளிக்கப்படுகிறது. இதை இந்த அவை பரிசீலித்து தீர்மானங்களாக வடிவமைத்து ஏற்றுக்கொள்கிறார்கள். இந்த அவையில் நேரடியாக தேர்ந்தெடுக்கப்பட்டவர்களைத்தவிர மறைமுகமாக தேர்ந்தெடுக்கப்பட்டிருக்கும் உறுப்பினர்களின் எண்ணிக்கை அதிகம். இதனால் இந்த ஜனநாயக சபை எப்போதும் கட்சியின் கட்டுப்பாட்டில் இருக்கிறது.

சட்டம் இயற்றல் உரிமை, கண்காணிப்பு உரிமை, முக்கிய நிகழ்ச்சி களைத் தீர்மானிக்கும் உரிமை, ஆட்களை நியமித்து நீக்கும் உரிமை, சீனாவில் குறிப்பிட்ட காலத்துக்கான தேசிய பொருளாதார மற்றும் சமூக வளர்ச்சித் திட்டத்தை வகுப்பது, சமூக வளர்ச்சியை முன்னேற்று வதற்கான முக்கிய கொள்கைகளை வகுப்பது என எல்லா அதிகாரங் களும் இந்த அவைக்கு இருந்தாலும் தீர்மானங்கள் எல்லாம் கட்சியின் உயர் மட்ட குழு (7 பேர் கொண்ட குழு) அளிக்கும் அல்லது வழி காட்டும் திட்ட அறிக்கையின் அடிப்படையில் மட்டுமே உருவாக் கப்பட வேண்டும். இந்தக் கட்டமைப்பு ஜனநாயகம் என்ற போர் வையில் நாட்டின் உயர் மட்ட கமிட்டிக்கு அது திட்டமிட்டதை சாதிக்க பெரிதும் உதவிக்கொண்டிருக்கிறது. இந்தக் கட்டமைப்பு மாறாத வரை சீனாவில் இந்த ஜனநாயக மாடல் மாற வாய்ப்பே இல்லை.

சீனாவில் வேறு அரசியல் கட்சிகள் இல்லையா?

சீன அரசியல் அமைப்பு முறையில் பல கட்சிகளுக்கு இடம் உண்டு. அதுமட்டுமில்லை, அவர்களுடன் தேசிய அளவிலான முக்கிய விஷயங்கள் கலந்தாய்வு செய்து விவாதிக்கப்பட வேண்டும் என்றும் சொல்லப்பட்டிருக்கிறது.

சீனாவில் பல கட்சிகள் உள்ளன. ஆளும் கட்சியான சீனக் கம்யூனிஸ்ட் கட்சி தவிர, 8 ஜனநாயக கட்சிகள் உள்ளன. சீன மக்கள் குடியரசு நிறு

வப்படுவதற்கு முன்பே இருந்த கட்சிகள் அவை. அரசியல் ரீதியில் சீனக் கம்யூனிஸ்ட் கட்சியின் தலைமைக்கு இவை ஆதரவளிக்கின்றன. வரலாற்று ரீதியாக மக்கள் ஆட்சி மலரும் முன் இந்தக் கட்சிகள் சீனக் கம்யூனிஸ்ட் கட்சியுடன் நீண்டகாலமாக ஒத்துழைத்து கூட்டாகப் போராடி மன்னர் ஆட்சியை ஒழிக்கவும் அந்நிய ஆக்கிரமிப்பை எதிர்த்துப் போரிடவும் ஒன்றாக இணைந்தன. தொடர்ந்து எழுந்த கம்யூனிஸ்ட் ஆட்சி முறை இந்த ஒற்றுமை உணர்வை சாதுரியமாக தக்க வைத்துக்கொண்டுவிட்டது.

ஆனால் இந்தக் கட்சிகள் பல்வேறு ஜனநாயக கட்சிகள் ஆளும் கட்சியின் கூட்டணிக் கட்சிகளாக இல்லை. இவை எதிர்க் கட்சிகளும் அல்ல. மாறாக அரசியல் விவகாரங்களில் பங்கெடுக்கும் கட்சி களாகும். 'அரசின் பெரும் அரசியல் கோட்பாடுகளைத் தீர்மானிப் பதிலும் அரசின் தலைவர்களைத் தேர்ந்தெடுப்பதற்கான கலந்தாய் விலும் கலந்து கொள்வது, நாட்டின் விவகாரங்களை நிர்வகிப்பதிலும் அரசின் கொள்கை கோட்பாடு, சட்டம், சட்டவிதிகள் ஆகியவற்றை வகுத்து நடைமுறைப்படுத்துவதிலும் ஜனநாயகக் கட்சிகள் ஈடுபடு கின்றன' என்கிறது சீனாவின் அரசியல் அமைப்பு.

முக்கிய நடவடிக்கைகளை அல்லது தேசியப் பொருளாதாரம் மற்றும் மக்களின் வாழ்க்கை போன்ற முக்கிய பிரச்னைகளை அரசு கையாள் வதற்கு முன் ஜனநாயக கட்சிகளுடனும் கட்சி சாரா ஜனநாயக பிரமுகர் களுடனும் சீனக் கம்யூனிஸ்ட் கட்சி கலந்தாய்வு மேற்கொளும். அவர்களின் கருத்துகளையும் முன்மொழிவுகளையும் கேட்டறிந்த பிறகு தான், கொள்கைத் தீர்மானத்தை அது மேற்கொள்கிறது. மக்கள் பேரவைகளிலும் ஜனநாயக கட்சிகளும் கட்சி சாரா பிரமுகர்களும் குறிப்பிடத்தக்க விகிதாசாரத்தில் தமது பிரதிநிதிகளைக் கொண் டுள்ளன. இதனால் உலகின் பார்வையில் இந்த நாடு ஒரு ஜனநாயக நாடாகத்தான் கருதப்படுகிறது. அடிப்படை கட்சி அமைப்புகள் தலை வர்களாக தகுதியானவர்களை வேட்பாளராகத் தேர்ந்தெடுத்து அவர் களை மக்கள் பேரவை போட்டியின்றி தலைமைக் குழுவுக்கு தேர்ந் தெடுத்து அந்த குழு ஒருவரை நாட்டின் தலைவராக 10 ஆண்டுகளுக்கு போட்டியின்றி தேர்ந்தெடுக்கும் அரசியல் முறை தொடரும் இந்த நாட்டில் எப்படி இன்று உலகின் முன்னணி நாடுகள் முதலீடு செய் கின்றன? எப்படித் தொடர்ந்து முதலீடுகளை அதிகரிக்கின்றன? மிகச் சாதாரணமான இந்த சிறு கேள்விகளுக்கு விடை மிகப்பெரியது.

உலகப் பொருளாதார கோட்பாடுகளை திருந்தி எழுதி வேண்டிய அவசியத்தை உணர்ந்து அதனைச் செய்தவர் மாவோவை தொடர்ந்து அதிபரான டெங் ஜியோபிங் ஆவார். இந்த மனிதர் செய்த பல

விஷயங்கள்தான் இன்றைய புதிய சீனா பிறக்கக் காரணம். ஆனால் இதற்கு மிக அடிப்படையானது தன் இறுதிக் காலங்களில் மாறிய மாவோவின் மனப்போக்கு. தனது லட்சியமான கம்யூனிச சோஷலி சத்தை மக்கள் வருங்காலங்களில் முழுமையாக ஏற்கப்போவதில்லை என்பதை கலாசாரப் புரட்சியின் தோல்வியில் உணர்ந்திருந்தார். பதவியில் இல்லாதபோது கட்சியின் தலைவர் என்ற முறையில் இந்தத் தவறுகளை சரி செய்ய விரும்பினார். உடல் நலம் குன்றியிருந்த போதும் இதைப் பற்றியே எண்ணிக்கொண்டிருந்தார். நிச்சயமாக சோவியத் பாணி கம்யூனிசம், தன் நாட்டு வளர்ச்சிக்கு உதவாது என்பதில் மிகத் தீர்மானமாக இருந்த மாவோ ஒரு புதிய பாதைக்கு நாட்டை இட்டுச் செல்ல விரும்பினார். அப்போது வந்த ஒரு வாய்ப்பு அமெரிக்கா நீட்டிய நேசக்கரம்.

சோவியத் ரஷ்யாவின் வளர்ச்சியால் கவலை கொண்டிருந்த அமெரிக்கா, சீனாவை தங்கள் வசப்படுத்தாவிட்டால், மாவோவின் காலத்துக்குப் பின்னர் ரஷ்யா முந்திக் கொண்டு உலகின் அதிக பரப்பில் கம்யூனிசம் பரவ வாய்ப்பு அதிகமாகிவிடும் என்ற கருத்தைக் கொண்டி ருந்தது. அமெரிக்கா, ரஷ்யா இடையில் தொடர்ந்து கொண்டிருந்த பனிப்போரின் கனம் அதிகமாகிக்கொண்டிருந்தது.

அன்று அமெரிக்க வெளியுறவு செயலராக இருந்தவர் கிஸ்ஸிங்கர். மிகவும் சாமர்த்தியசாலியான இந்த ராஜதந்திரிதான் சீனாவின் பலத் தையும் அடுத்த 20 ஆண்டுகளில் அவர்கள் இருக்கப்போகும் இடத் தையும் துல்லியமாகக் கணக்கிட்டவர். அதை அமெரிக்க அதிபர் களுக்கு புரியவும் வைத்தவர். அவருடைய தொடர் முயற்சியால் அமெரிக்க அதிபர் நிக்ஸன் மாவோவைச் சந்தித்தார். 1972ல் நிகழ்ந்த இந்தச் சந்திப்பு உலக அரசியலில் ஒரு பெரும் திருப்பம். சீன அரசியலில் ஆச்சரியமான திருப்பம். ஆச்சரியங்களுக்கு மிக முக்கியக் காரணம் அந்தக் காலகட்டம் வரை அமெரிக்க அரசு மாவோவின் புரட்சி அரசால் விரட்டப்பட்ட சியாங்கை ஷேக் பார்மோசாவில் நிறுவியிருந்த அரசைத்தான் சீன அரசாக அங்கீகரித்து உதவிகள் செய்து கொண்டிருந்தது. ஒரே இரவில் கிஸ்ஸிங்கரின் ஒற்றை கையெழுத்தில் நாடுகளின் தலையெழுத்துகள் மாறின.

மாவோ- நிக்ஸன் சந்திக்கும் நாள் அறிவிக்கப்பட்டது. அந்த சரித்திர முக்கியம் வாய்ந்த சந்திப்பின் இறுதியில் நிக்ஸன் வெளியிட்ட அறிக் கையில் '16000 மைல் தூரமும் 22 ஆண்டுகள் பகைமையும் பிரித் திருக்கும் இரு நாடுகளையும் இணைக்கும் ஒரு பாலத்தை இந்த சந்திப்பு ஏற்படுத்தும்' என்றார்.

அந்தப் பாலம் இன்று உண்மையாகவே எழுந்திருக்கிறது என்பது சமீபத்தில்(2014) சீன அதிபர் ஜி ஜின்பிங் பேசியதில் உறுதியாகிறது. 'சீனாவுக்கும் அமெரிக்காவுக்கும் பெரிய அளவில் கருத்து வேறு பாடுகள் ஏற்பட்டால் அது இரு நாடுகளுக்கும் உலகுக்கும் நல்ல தில்லை. பரஸ்பரம் உதவிகள் தொடர்புகள் என்பது நீடிக்க வேண்டிய ஒரு முக்கிய விஷயம்.'

ஆனால் இந்தப் பாலம் ஒரே நாளில் உருவானதில்லை. கம்யூனிச சித்தாந்தத்தில் புரட்சியை நடத்தி சர்வாதிகாரியாக கடுமையான போராட்டங்களுடன் ஒரு நாட்டை உருவாக்கிய மாசேதுங் தான் தன் நாட்டின் வருங்கால வளர்ச்சி என்ற ஒரே காரணத்துக்காக உலகின் மிகப்பெரிய முதலாளித்துவ சக்தியின் சுதந்தர காற்று உள்ளே வர தன் நாட்டின் இரும்புத்திரையை விலக்கி முதல் ஜன்னலை திறந்தார் என்பது வரலாறு சந்தித்த ஆச்சரியங்களில் ஒன்று.

மாவோ ஜன்னலைத் திறந்ததிலிருந்து அவரைத் தொடர்ந்து வந்த மற்ற தலைவர்கள் பல திசைகளிலும் ஜன்னல்களை மட்டுமல்ல வாசற் கதவுகளையே திறக்க ஆரம்பித்தார்கள். உலகம் சீனாவையும் சீன உலகத்தையும் பார்க்கத் தொடங்கியது. அதில் முக்கிய முதல் பணியை செய்தவர் அதிபர் டெங் ஜியோபிங். இவர்தான் இன்றைய புதிய சீனாவை உருவாக்க அனைத்தையும் செய்தவர்.

இதை எப்படிச் சாதித்தார் இவர் ?

6

சீனாவின் புதிய முகம்

உலகில் மிகக் கடினமான சில விஷயங்களில் ஒன்று வெற்றிகரமான புகழ்பெற்ற ஒரு தலைவரைத் தொடர்ந்து அவரது பணியில் அமர்வது. முந்திய தலைவரின் வெற்றியின் வெளிச்சத்தில் புதிய சாதனை களையோ அல்லது, மாறுதலான திட்டங்களையோ செய்வது எளிதான காரியமில்லை. மக்களின் ஒப்பீடுகளும், எதிர்பார்ப்பும், அதனால் ஏமாற்றமும் அதிக அளவில் இருக்கும் ஒரு சுழலில் பணியாற்ற வேண்டியிருக்கும். அதை சீனாவில் சிறப்பாகச் செய்து தன்னை நிருபித்தவர் டெங் ஜியோபிங்.

1976 ஆம் ஆண்டில் மாவோ காலமானதும், கலாசாரப் புரட்சியின் போது நடைபெற்ற அட்டூழியங்களுக்காகக் குற்றம் சுமத்தி நால்வர் குழு (Gang of Four) என அழைக்கப்பட்ட நால்வர் கைது செய்யப் பட்டதுடன், மாவோவின் வாரிசு எனக் கருதப்பட்ட ஹுவா குவோ பெங்கிடமிருந்து டெங் ஜியோபிங் பதவியைக் கைப்பற்றினார். டெங் ஜியோபிங் நேரடியாகக் கட்சி தலைவர் பதவியையோ அல்லது நாட்டின் தலைவர் பதவியையோ வகிக்காவிட்டாலும், கட்சிக்குள் அவருக்கிருந்த செல்வாக்கினால், குறிப்பிடத்தக்க அளவிலான பொருளாதாரச் சீர்திருத்தங்களை நோக்கி நாட்டை வழிநடத்தினார்.

சீனாவில் கம்யூனிச சித்தாந்தம் கட்சியாக உருவாவதற்கு முன்னரே அந்தத் தத்துவங்களை வரவேற்று அரசியலில் 17 வயதில் நுழைந்தவர் டெங் ஜியோபிங். கட்சியில் பல மட்டங்களில் உழைத்து உயர்ந்தவர். சூ என் லாய், மாசேதுங் போன்ற ஜாம்பவான்களுடன் நெருக்கமாக இருந்து பணியாற்றியவர். 1978ல் சீனாவின் அரசியலில் மறுமலர்ச் சிக்கான மிகப்பெரிய திருப்பத்துடன் புதிய சகாப்தத்தை தொடங் கியவர் இவர். அந்தக் காலகட்டத்தில் கட்சியின் தலைவராகவோ

நாட்டின் அதிபராகவோ இல்லாத போதும் இவரது பணிகளால் மக்களால், மாவோவுக்கு அடுத்த இடத்தில் மதிக்கப்பட்டார். இவரது முயற்சியால்தான் உலகம் சீனாவை கம்யூனிச நாடு என்பதைத்தாண்டி வேறு கண்ணோட்டத்தில் பார்க்க ஆரம்பித்தது.

ஆனால் தனது 86 ஆம் வயதுவரை நாட்டுக்காக உழைத்த இந்த மனிதரின் அரசியல் வளர்ச்சியும், ஒரு நாட்டு அதிபராக சாதித்ததும் உலக அளவில் மாவோ போல் அதிகம் பேசப்படவில்லை. 16 வயதில் இவர் பிரான்ஸுக்கு படிக்கப் போனபோது சீனாவில் கம்யூனிசம் பிறந்தே இருக்கவில்லை. பிரான்சில் தான் பொதுவுடைமை தத்து வங்களை அறிந்தார் டெங் ஜியோபிங். சீனாவில் அப்போதுதான் மலர்ந்திருந்த கம்யூனிச கட்சியில் மெல்ல வளர்ந்து மாவோவின் அணுக்கத் தொண்டராக உயர்ந்தபோதும், ரஷ்யாவுக்கு கட்சியால் பயிற்சிக்கு அனுப்பப்பட்ட கௌரவத்தைப் பெற்றிருந்தபோதும் ஒரு கட்டத்தில் உள்கட்சி அரசியலில் சிக்கி அதன் விளைவுகளைச் சந்தித்தவர்.

மூன்று முறை கட்சியால் தண்டிக்கப்பட்டவர். கம்யூனிஸ்ட் கட்சியில் தண்டனை என்பது பதவி நீக்கம் மட்டுமில்லை. அடுத்து எங்கு என்ன பணிசெய்ய வேண்டும் என்றும் கட்சி கட்டளை இடும். இவருக்கு ஒரு முறை அப்படி தரப்பட்ட பணி, நாட்டின் மறுகோடியில் இருக்கும் டிராக்டர் தொழிற்சாலையில் உதவியாளர் பணி. இவர் ராணுவத்தில் கமாண்டராக இருந்தபோது இவருக்குக்கீழ் வீரராக இருந்தவர் தற்போது அந்த தொழிற்சாலையின் நிர்வாகி. இம்மாதிரியான அவமானங்களைச் சகித்துக்கொண்டவர் டெங். மாவோ தன் இறுதி ஆண்டுகளில், தன் பதவியின் இறுதிக்காலத்தில் இருந்த டெங்கை மீண்டும் முன்னிலைப்படுத்தி தன் அரசியல் வாரிசாக அறிவித்தார். கம்யூனிச ஆட்சி முறைகளில் வாரிசு அறிவிப்பு எல்லாம் கிடையாது. ஆனால் முதல் முறையாக மாவோ அதைச் செய்தார்.

பதவியேற்றதும் இவர் செய்த முக்கியமான காரியம், மாவோவின் கலாசாரப் புரட்சி என்ற அபத்தத்தை ஒழித்தது. இந்தச் செயல் மக்களிடம் பெறும் வரவேற்பைப் பெற்றது. கட்சியில் இவர் முதலா ளித்துவத்தை நோக்கிப் போகும் பாதையை உருவாக்க முயற்சிக்கும் சிலரில் ஒருவராக அறியப்பட்டிருந்தார். இந்தக் கலாசாரப் புரட்சி ரத்து அறிவிப்பு கட்சியில் அதிர்ச்சி அலைகளை ஏற்படுத்தியது. மாறுதலை விரும்புகிறவர்கள், அதை வேண்டாதவர்கள் என பிளவுபட்டது. ஆனால் விரும்புகிறவர்கள் அதிகமாகவும், அவர்களுடனும் மக்களும் இருந்ததால் இவரது செல்வாக்கு அதிகமாயிற்று. ஆனால் டெங்

ஜியோபிங் இதை மிகச் சாதுரியமாக மாவோ கொள்கைகளுக்கு மாறானது என சொல்லாமல் அவரே இத்தகைய மாற்றங்களை விரும்பியதாக ஒரு தோற்றத்தையும் அவருக்கு பெரும் கௌரவத்தையும் கொடுத்து செய்து கொண்டிருந்தார்.

சமூகத்தில் ஏற்றத்தாழ்வு, சுயநலம் அறவே இருக்கக்கூடாது என்று கலாசார புரட்சியில் சொன்ன மாவோ எதிர்காலத்தில் மக்கள் போக வேண்டிய பாதையை எதிர்கால சந்ததிகள் தீர்மானிக்க வேண்டும் எனச் சொல்லியிருக்கிறார் என்று பிரசாரம் செய்யப்பட்டது.

இன்று சீனாவில் பெய்ஜிங்கில் மாவோவின் சமாதி, ஆங்காங்கே அவரது பெரிய படம் மற்றும் பல நகரங்களில் சிலைகள், அரசு அலுவலகங்கள் அத்தனையிலும் மாவோவின் படம் என இருக்கிறது. ஆனால் டெங்கின் படத்தைக்கூட பல இடங்களில் பார்க்கமுடியாது. சுருக்கமாகச் சொன்னால் மாவோவை கடவுளாக்கிவிட்டு தான் விரும்பியபடி நாட்டை முதலாளித்துவ பாதைக்கு எளிதாக எடுத்துச் சென்றார் டெங். மாவோவின் ஆட்சியில் வியாபாரத்தில் எந்தப் பொருளையும் லாபத்துக்கு விற்பது குற்றம். குற்றவாளிக்கு கடுங்காவல் தண்டனை. விவசாயிகள் தங்கள் விளைபொருள்களை பணத்துக்கு விற்க முடியாது. கம்யூன்கள் என்ற கூட்டு வாழ்க்கையில் இருக்கும் மக்களுக்கு அவரவர்கள் தேவைகளுக்கு ஏற்ப உணவுப் பொருள்கள் அரசாங்கத்தால் வழங்கப்பட்டு வந்தது. அதிக உற்பத்தி செய்த கம்யூனுக்கு ஊக்கப் பரிசுகள் அளிக்கப்படும். இந்த முறையானது 1980 வரை இருந்தது.

டெங் ஜியோபிங் பதவி ஏற்ற பின் கொண்டுவந்த முதல் சீர்திருத்தம் 'சியாவோ டாங் ஹூவான் ஜிமாவோ' என்ற நான்கு அனுமதிகள். இதன் மூலம் கம்யூன்கள் ஒழிக்கப்பட்டன. 1978ல் ஒரு மாகாணப் பிரிவில் 18 விவசாய குடும்பங்கள் அரசு அளித்த நிலத்தை ரகசியமாக தங்களுக்குள் பிரித்துக்கொண்டுவிட்டனர். சட்டப்படி குற்றமான இது டெங்கின் கவனத்துக்கு வந்தபோது அவர் கவனித்த விஷயம் அந்தப் பிரிவினரின் அதிக உற்பத்தி. இந்த சிந்தனையின் தாக்கத்தில் ஒரு புதிய திட்டத்தை அறிமுகப்படுத்தினார். விவசாய குடும்பங்கள் அனுமதிக்கப்பட்ட நிலத்தில் எதை வேண்டுமானாலும் எவ்வளவு வேண்டுமானாலும் பயிரிடலாம். அரசுக்கு ஒரு குறிப்பிட்ட அளவு கொடுத்தால் போதும்.

கிராமப்புற விவசாயிகள் வியாபாரத்தில் ஈடுபடலாம். விளை பொருள்களை நகரத்தில் விற்கலாம். மற்ற இடங்களுக்கு அனுப்பலாம். கிளைகள் திறந்தும் விற்பனை செய்யலாம். இந்தச் சீர்திருத்

தங்கள்தான் சீனா ஒரு முதலாளித்துவ நாடாக மாறுவதற்குக் காட்டப் பட்ட முதல் பச்சைக்கொடி. மிகப்பெரிய வெற்றியை அடைந்த இந்தத் திட்டத்தால் தானிய உற்பத்தி அதிரடியாக உயர்ந்தது 15 கோடி மக்கள் வறுமையிலிருந்து மீட்கப்பட்டனர். உற்பத்தியில் 89% மக்களுக்கு விற்கப்பட்டது. மக்களுக்கு அளிக்கப்பட்ட நிலங்களுக்கு 30 ஆண்டு குத்தகை என்ற முறை அறிமுகப்படுத்தப்பட்டது. இது அவர்களுக்கு நம்பிக்கையும் 'சொந்த நிலம்' என்ற எண்ணத்தையும் ஏற்படுத்தியது.

இதுபோன்ற பல்வேறு விவசாய சீர்திருத்த அறிவிப்புகளால் விவசாயக் கருவிகள், பூச்சி மருந்துகள் தனியார்மயமாகின. உரங்களுக் கான கட்டுப்பாடுகள் நீக்கப்பட்டன. கிராமப்புறங்களில் வருமானம் அதிகரித்தது தேவைகளும் அதிகரித்தன. தேவைகள் அதிகரித்ததால் தொழில்முனைவோர்களும், வியாபாரிகளும் உருவாகினர். இதன் மூலம் கிராம விவசாய தொழிலாளர்களிடம் மக்களிடம் பணம் புழங்கத் தொடங்கியது. நகர்ப்புற தொழிலாளிகளுக்கு புதிய திட்டங் களினால் எழுந்த கட்டுமானப் பணிகளில் வழங்கப்பட்ட சம்பளங் களினால் அவர்களிடமும் பணப்புழக்கம் அதிகரித்தது. விவசாயி களின் சிறு தொழிற்கூடங்கள், தொழில் முனைவரின் விற்பனை சேவை மையங்கள் போன்ற கிராமம் சார்ந்த தொழில் அமைப்புகள் வெகு வேகமாக வளரத்தொடங்கின. சுருக்கமாகச் சொன்னால் உண் மையான புரட்சி ஒன்று வெற்றிகரமாக நிகழ்ந்து கொண்டிருந்தது.

விவசாய வேலைகளை இழந்து வேறு வேலைகள் கிடைக் காதவர்களை ஊக்குவிக்க 1981ல் ஒரு சட்டம் வந்தது. இதன் மூலம் 7 பேர்கள் கூட்டாக இணைந்து ஓர் உற்பத்தி நிறுவனத்தைத் தொடங் கலாம் என்பதே அது. ஏன் 7 பேர்? 8 பேருக்கு மேல் ஒரு உற்பத்தி நிறுவனம் இருந்தால் அது தொழிலாளிகளை சுரண்டும் முதலாளித் துவ அமைப்பு என்று என்றோ கார்ல் மார்க்ஸ் சொல்லியிருக்கிறார். (இன்றும் இந்தியாவில் 7 பேர் மட்டும் பணியாற்றும் நிறுவனங் களுக்கு தொழிலாளர் சட்டம் பொருந்தாது. அவர்கள் யூனியன் அமைக்க முடியாது.) இந்த அடிப்படையில் 8 ஆண்டுகளில் 2 லட்சம் கம்பெனிகள் உருவாயின. 1987க்குப் பின்னர் இவை மிக வேகமாக வளர்ந்தன. இன்று பல சீனர்களைப் பணக்காரர்களாகவும் சிலரை கோடீஸ்வரர்களாகவும் மாற்றியிருப்பது சிறிய அளவில் தொடங்கப் பட்ட இந்தச் சிறு தொழிற்சாலைகள்தாம்.

புதிய நகரங்களை உருவாக்க கிராமங்கள் காலி செய்யப்பட்டன. மக்கள் புதிய நகரங்களுக்கு இடம் பெயரச் செய்யப்பட்ட னர். சீன

நிலகொள்கைகள்படி நாட்டின் எல்லா நிலமும் அரசுக்கு சொந்தம் என்பதால் இத்தகைய மக்கள் நகர்த்தல் அரசுக்கு எளிதான விஷயமாக இருந்தது. சீன சட்டங்களின்படி ஒரு இடம் தனியாரின் பயனைவிட பொதுப்பயன்பாட்டுக்கு அவசியமானால் அந்தக் கட்டத்தை 10 நாளில் காலி செய்து இடித்துவிடலாம். இதனால் கிராமங்களில் அசுர வேகத்தில் புதிய வானளாவிய கட்டடங்கள், சாலைகள் எழுந்து கொண்டிருந்தன. சீனாவின் நெடுஞ்சாலை திட்டத்தின் இலக்கு 2020ம் ஆண்டுக்குள் 85,000 கி.மீ. சாலைகள். வருடத்துக்கு 4800 கி.மீ. உலகில் ஜெர்மனி உள்பட எந்த நாடும் இந்த வேகத்தில் சாலைகள் அமைத்த தில்லை. திட்டத்தின் பெயர் '7918'. நாட்டின் 7 தலைநகரங்கள், 9 வடக்கு தெற்கு சாலைகள், 18 கிழக்கு மேற்கு சாலைகள். இந்த 7918 திட்டத்தின் மூலம் நாட்டின் அத்தனை நகரங்களையும் கிராமங் களையும் இணைத்துவிடமுடியும். இப்போது இதை 2016க் குள்ளாகவே முடிக்கப்போவதாக அறிவித்திருக்கிறார்கள்.

சீனா கம்யூனிச சர்வாதிகார நாடாக இருந்தாலும் உலகின் எந்த ஜனநாயக நாட்டையும்விட தன் மக்களுக்கு கல்வியறிவு அளிப்பதில் கவனமாக இருந்தார்கள். பல பள்ளிகள், கல்லூரிகள் நகரம்தோறும் உருவாக்கப் பட்டன. மருத்துவ, பொறியியல் பல்கலைக்கழகங்கள் அதிகரிக்கப் பட்டன. 90களில் படிப்பதற்காக சீனாவைவிட்டு வெளியே சென்ற வர்கள் அதிகம். இன்று வெளிநாடுகளிலிருந்து சீனாவில் வந்து படிக்கும் மாணவர்கள் 2 லட்சத்துக்கும்மேல். புதிய நகரங்களை உருவாக்குவ தால், கட்டுமானப் பணி, தொழிற்சாலை பணி, வாகனக் கட்டுமானப் பணி தொடர்புடைய கல்விகளில் அதிக கவனம் செலுத்தி பள்ளிகளை உருவாக்கினார்கள். லட்சக்கணக்கான விவசாயிகளை தொழிலாளர் களாக 'உற்பத்தி' செய்து கொண்டிருந்தார்கள்.

சிறப்புப் பொருளாதார மண்டலங்களில் 24 மணிநேரமும் தொழிற் சாலைகள் இயங்கிக் கொண்டிருக்கிறது. 500 கோடி மீட்டர் துணிகள், 20 கோடி மீட்டர் ஜிப், பல லட்சம் பேனாக்கள், பொம்மைகள், தேனீர் கோப்பைகள் என்று உலகின் எல்லா இடங்களிலும் எல்லோராலும் பயன்படுத்தும் பொருள்கள் இங்கே உற்பத்தியாகி குவிகின்றன. கடந்த சில ஆண்டுகளாக பூஜைக்கு பிள்ளையாரும் கிருஷ்ணர்களும் நம் நாட்டுக்கு இங்கிருந்துதான் பல கண்டெய்னர்களில் பயணித்து வந்திருக்கிறார்கள். இதனருகிலிருக்கும் கிராமப் பகுதிகள் பிரம மாண்டமான விற்பனைக் கூடங்களாக அவதாரமெடுத்துக் கொண் டிருக்கின்றன. இதில் முக்கியமானது இவு என்ற சின்னஞ்சிறிய ஊர். முழு ஊருமே மார்க்கெட்தான். 26 லட்சம் சதுர மீட்டரில் 50,000 கடைகள். கிடைக்காத பொருள் எதுவும் இல்லை. அதில் வாங்கு

வதற்கு இங்கு உலகமே வருகிறது. நம்ப முடியாத விலை. குறைந்த பட்ச விற்பனை ஒரு கண்டெய்னர்களில் அடங்கும் பல லட்சம் உருப்படிகள். சொன்ன நேரத்தில் வாங்குவோர் நாட்டில் டெலிவரி என பிரமிப்பூட்டும் சமாசாரங்கள்.

உள்நாட்டில் இந்த அதிரடி மாற்றங்களைச் செய்து கொண்டிருந்த போதே வெளிநாட்டில் சீனாவைப் பற்றிய கருத்துகளை மாற்ற முயற்சிகளை மேற்கொண்டார் டெங்.

இவர் பதவியேற்ற முதல் நாளிலிருந்தே வெளிநாடுகளில் சீனாவின் 'புதிய முகத்தை' அறிமுகப்படுத்துவதை வெற்றிகரமாக செய்யத் தொடங்கிவிட்டார். ஐக்கிய நாட்டு சபையில் பேசுவது எனத் தொடங் கிய பயணம் ஜப்பான், மேற்கு ஐரோப்பிய நாடுகள், ஆசிய நாடுகள் எனத் தொடர்ந்தது. எல்லா நாட்டு தலைவர்களுக்கும் இந்த 'வட்ட முக, குள்ளமான' சீனரின் பேச்சுகளும் அவர் நாட்டின் வளர்ச்சிக்காக செய்ய விரும்பும் திட்டங்களும் ஏற்படுத்திய நம்பிக்கையை அதற்கு முன் எந்த சீனத் தலைவரும் செய்ததில்லை. 1979ல் அமெரிக்க டைம் பத்திரிகை இவரை அந்த ஆண்டின் சிறந்த மனிதராகத் தேர்ந்தெடுத்து அட்டைப் படம் போடுமளவுக்கு சர்வதேச செல்வாக்கு உயர்ந்தது.

அமெரிக்கா உறவு கரம் நீட்ட க் காத்திருந்த அந்த நேரத்தில் உலக அரங்கில் இவர் சீனாவின் புதிய முகத்தை அறிமுகப்படுத்த எடுத்த முயற்சிகளும் ஒருங்கிணைந்து வெற்றியடைந்தது. 1970-80 களில் கோர்பசேவ் காலத்தில் சோவியத்து யூனியன் சிதறி கம்யூனிச சித்தாந் தங்கள் செல்வாக்கு இழக்கும் முன்னரே இவர் தலைமையில் இயங்கிய சீன கம்யூனிஸ்ட் கட்சியின் உச்சமட்ட அதிகார மையம், - இனி இந்த சீன தேசத்துக்கு கம்யூனிசம் உதவாது. மாவோவின் கலாசார புரட்சி தோற்று விட்டது. அந்தக் கவசத்தைக் கழட்டி எறிந்து விட்டு ஒரு அரசியல் மறுமலர்ச்சியையும் புதிய பொருளாதாரக் கொள் கைகளையும் கொண்டுவரத் தீர்மானித்தது. அதில் மிக முக்கியமானது அந்நிய முதலீடுகளை வரவேற்று நாட்டில் பெருமளவில் வளர்ந்து கொண்டிருக்கும் மனித வளத்தைப் பயன்படுத்தி நாட்டின் ஒட்டு மொத்த வளர்ச்சியை அதிகரிக்க வேண்டும் என்பது.

இதில் டெங் ஜியோபிங் மிக உறுதியாக இருந்தார். காரணம் நாட்டின் பொருளாதார வளர்ச்சிக்கு அடிப்படைத் தேவையான நிதி ஆதாரங் களை உள்நாட்டிலோ அல்லது கம்யூனிச நாடுகளிலிருந்தோ பெற முடியாது. அதற்கு ஒரே வழி மேற்கத்திய அந்நிய நாடுகளின் முதலீடு தான். கட்சியில் 'இவர் தேசத்தை அடகு வைக்கிறார். நாட்டின் வளர்ச் சிக்காக இவர் சொல்லும் பாதை சீனாவுக்கு நல்லதில்லை. இதுவெல்ல

தலைவர் மாவோ சொன்னது. அவர் சொன்னதை மட்டும்தான் கட்சி செய்யவேண்டும்' என எதிர்ப்பு எழுந்திருக்கிறது. கட்சியில் இவரது ஆதரவாளர்களால் அன்று ஒதுக்கப்பட்ட அந்தக் குரல் பின்னாளில் ஒரு மாணவர் புரட்சியாக வெடித்தது. 1989ல் சீனாவில் இவரது கொள்கை களுக்கு எதிராக எழுந்த அந்த ஆர்ப்பாட்டங்கள் மிகக் கடுமையான முறையில் அடக்கப்பட்டன.

பெய்ஜிங் டியனான்மென் சதுக்கத்தில் நடைபெற்ற போராட்டத்தில் பலர் மரணம் அடைந்தனர். இது மிகப்பெரிய மனித உரிமை மீறல் என கடுமையாக விமர்சிக்கப்பட்டது. ஆனால் டெங் அந்த சமயத்தில் சொன்ன வார்த்தைகள், 'ஒரு பெரிய மாறுதலை நோக்கிப் பயணிக்கும் போது இப்படிப்பட்ட புயல்கள் எழுவது சகஜம். அந்தப் புயல்கள் சிலநாட்களில் தானே வலுவிழக்கும்.'

ஒருபுறம் நல்லெண்ணப் பயணங்களும் மறுபுறம் உள்நாட்டில் கடுமையான அடக்குமுறையுமான இந்த இரண்டு முகத்தை கொண்ட சீனா உலகுக்குச் சொன்ன செய்தி, சீன கம்யூனிஸ்ட்டுகள் 'கேப்பிடலி ஸத்தை' கெட்ட வார்த்தையாக எண்ணவில்லை. தங்கள் நாட்டின் வளர்ச்சிக்காக கடுமையான கட்டுப்பாடுகளோடு அதைக் கொண்டுவர விரும்புகிறார்கள் என்பதுதான்.

தனது அரசியல் குருவான சூ என் லாய் 1963ல் சொன்ன 4 விஷயங் களை, டெங் 1978ல் மீண்டும் முதன்மைப்படுத்தி தனது கொள்கைகளாக அறிவித்தார். விவசாயம், தொழில், தேசப் பாதுகாப்பு, விஞ்ஞானம், தொழில் வளர்ச்சி ஆகியவை மிகப்பெரிய அளவில் முன்னேற வேண்டும் என்றார். ஆனால், 'இவற்றை அடைய முழுக்க முழுக்க அந்நிய முதலீட்டையும் உதவிகளையும் பெறவேண்டும் என்றும், கட்சி அதற்கான திட்டங்களை வகுக்க வேண்டும் எனவும், கம்யூனிசம் என்பது மார்க்ஸ், லெனின் சொன்னது மட்டுமில்லை இன்றைய சீனாவுக்கு ஏற்ற வகையில் வகுக்கப்படும் புதிய சோஷலிசமாக இருக்க வேண்டும்' என்று அறிவித்தார்.

கூட்டங்களில் மிக உணர்ச்சிகரமாக தன் தோழர்களிடம் பேசும் டெங் ஒரு முறை சொன்னது, 'பூனை எந்த நிறத்தில் இருந்தால் என்ன? அது எலியைப் பிடிக்கவேண்டும் அவ்வளவுதான்'. உண்மையிலேயே இந்தத் தலைவன் வகுத்த திட்டங்களினால் சீன 'சிவப்பு பூனை' பல 'வெள்ளை எலி'களை வெற்றிகரமாக பிடித்து சாதித்துதான் இருக்கிறது என்பதை இன்று பார்க்கிறோம்.

அதை எப்படி இந்த 'சிவப்பு பூனை'யால் செய்ய முடிந்தது? அடுத்த அத்தியாயத்தில் பார்ப்போம்.

7

சீனாவின் மார்க்கெட்டிங் மந்திரங்கள்

டெங் ஜியோபிங் சீனாவை முன்னேற்றப் பாதையில் கொண்டு செல்ல அந்நிய முதலீடுகளும் தொழில்நுட்பமும் மிக அவசியம் என்று நம்பி அதற்கான பணியில் ஈடுபட்டுக்கொண்டிருந்தாலும், அந்தக் கால கட்டத்தில் சீனாவில் இருந்த உள்நாட்டு கட்டமைப்பு வசதிகள் அதற்கு அனுகூலமாக இல்லை என்பதையும் அவர் உணர்ந்தே இருந்தார். அதனால் டெங் பதவியேற்றதும் அவர் அறிவித்த முதல் அறிவிப்பு, 'மாறுதலை நோக்கிய சீர்திருத்தங்கள்'.

இதன் முதல் கட்டம் கட்சியில் சீரமைப்பாகத் தொடங்கியது. சீனாவில் கட்சி தலைமை சர்வ வல்லமை பொருந்தியது. அதன் முடிவுகள்தான் அரசு முடிவுகள் என்ற நிலை. இரண்டாண்டுகளுக்கு ஒரு முறை தேசிய மாநாடு, மக்கள் கருத்து கேட்பு எல்லாம் இருந்தாலும் முடிவுகள் ஒரு சிறு குழுவாலே எடுக்கப்பட்டு பெரிய சபைகளால் ஆமோதிக் கப்படும். இந்த முறையில் தன் கனவுகளுக்கு ஆபத்து ஏற்படக் கூடும் என்பதை உணர்ந்திருந்த டெங், அம்முறையை மாற்ற முயற்சித்தார். ஆனால் அது அவ்வளவு சுலபமாயிருக்கவில்லை. மெல்ல அதிகாரப் பரவலாக்கல், பிராந்தியங்களுக்கும் நகரசபைகளுக்கும் அதிக அதிகாரம் என்பதையெல்லாம் முதலில் செயல்படுத்தத் தொடங் கினார். இதனால் பலன் பெற்றவர்கள் அதிகமானதால் டெங் அறிவித்த மாற்றங்களுக்கு ஆதரவு பெருகியது. கட்சியில் எதிர்த்தவர்கள் வலிமையிழந்து கொண்டிருந்தார்கள்.

மாவோவின் கம்யூன் திட்டத்தில் டெங் பெரிய மாற்றங்களைக் கொண்டுவந்தார். 'நிலத்தில் நீண்ட நாட்கள் உழைத்தவர்கள் அதில் ஒரு பகுதியை சொந்தமாக்கிக்கொள்ளலாம். அதன் விளைபொருளை

அரசுக்கும் தனியாருக்கும் விற்கலாம்' என்பது போன்ற ஏழை சீன விவசாயிகள் அறிந்தே இராத ஆச்சரியங்களை அறிமுகப்படுத்தினார்.

கம்யூன்களாக மேலும் சில காலம் தொடர விரும்பியவர்களுக்கு உற்பத்திக்கேற்ப ஊக்க ஊதியம் வழங்கப்பட்டது. தேவைக்கேற்ப கூலி என்ற நிலையிலிருந்து ஊக்கத் தொகை, சொந்த நிலம் என்று மக்கள் சுதந்தரக் காற்றை சுவாசிக்கத் தொடங்கினர். அதே போல் சிறிய தொழிற்சாலைகளை வைத்திருந்தவர்கள் அரசின் தேவைக்கேற்ப உற்பத்தி என்ற நிலையிலிருந்து உள்ளூர் தேவைகளுக்கு அவசிய மானவைகள் உற்பத்தி என்ற நிலைக்கு மாற்றப்பட்டனர். இதன் மூலம் விற்பனை உற்பத்திக்கான நேரடித் தொடர்பு, ஊக்கத் தொகை லாபம் என தொழிலாளர்கள் பயனடைந்தனர். மக்களிடையே பணம் அதிக அளவில் புழங்க ஆரம்பித்தது. சுருக்கமாகச் சொன்னால், மக்களை ஏழையாகவே வைத்திருப்பது கம்யூனிசம் இல்லை. பணம் சம்பாதிப்பது ஒரு நல்ல விஷயம்தான் என்று மக்களுக்கு புரிய வைத்துவிட்டார். இதன் விளைவாக தனியார் செல்வம் என்பது தலையெடுக்க ஆரம்பித்தது. லட்சக்கணக்கான மக்கள் வறுமையின் பிடியிலிருந்து மீண்டார்கள். சிலர் பணக்காரர்கள் ஆனார்கள். சிலர் கோடீஸ்வரர்கள் ஆனார்கள்.

உள்ளூர் பொருளாதாரத்தையும் கட்டமைப்புக்களில் மாறுதல் களையும் செய்து கொண்டிருந்த காலத்தில் டெங் செய்த மற்றொரு மிகப் பெரிய மாறுதல் புதிய நகரங்களை உருவாக்கியது. மாவோவின் கலாசார புரட்சி காலத்தில் நகர மக்கள் கிராமங்களுக்கு அனுப்பப் பட்டனர். டெங் காலத்தில் மக்கள் கிராமங்களிலிருந்து வசதியான நகரங்களை உருவாக்க புதிய இடங்களுக்கு அனுப்பப்பட்டனர். 300 சிறு நகரங்களும் 50 பெரிய நகரங்களும் திட்டமிடப்பட்டன.

இப்படி உருவாக்கப்பட்ட நகரங்கள் ஏற்கெனவே இருந்த சிறிய நகரங்களுக்கு அருகே எழுப்பப்பட்டன. சிறப்புப் பொருளாதார மண்டலங்கள் என அழைக்கப்பட்ட இந்த SEZ அந்நிய முதலீட்டை ஈர்க்கத் தேவையான அத்தனை வசதிகளுடனும் அமைக்கப்பட்டன. இந்தப் பிரம்மாண்டமான திட்டங்களை உருவாக்க மக்களின் உழைப்பு மிக அதிகமாக தேவைப்பட்டது. இவர்கள் இந்தப் பகுதிகளுக்கு இடம் பெயரச் செய்யப்பட்ட தொழிலாளிகள்.

சீனாவில் எல்லா பொருள் உற்பத்தியுமே அரசு தொழிற்சாலைகளில் உருவாக்கப்பட்டவை. அவற்றில் பல நஷ்டத்தில் இயங்கிக் கொண்டிருந்தன. டெங் எடுத்த முடிவுகளில் ஒன்று அவற்றை இழுத்து மூடுவது. இதனால் ஒரே இரவில் பல லட்சக்கணக்கான தொழி லாளர்கள் வேலையிழந்தனர். அப்படி வேலையிழந்தவர்கள் இடம்

பெயரச்செய்யப்பட்டு இந்தப் பிரம்மாண்டமான நகரங்கள் எழுப்பு வதில் ஈடுபடுத்தப்பட்டனர். அவர்களுக்கான வீடுகளும் வசதிகளும் உருவாக்கப்பட்டன. இதனால் 'நகரங்களை நோக்கி' மக்கள் நகரத் தொடங்கினர். முதலில் இப்படிப்பட்ட நகரங்கள் நாட்டின் தென் கோடியில் கடற்கரை நகரங்களில் அமைக்கப்பட்டது. அருகில் உள்ள தைவான் ஹாங்காங் நகரங்கள் மட்டும் காரணமில்லை. இந்த நகரங்கள் சீன தேசத்தின் பாரம்பரிய கடற்கரை நகரங்கள். மன்னர் காலங்களில் துறைமுக வணிக நகரங்கள். இன்றைக்கு சீனாவின் வர்த்தக தலைநகரமாக இருக்கும் ஷாங்காய் நகரம் பற்றி அப்போது அதிபர் டெங் திட்டமிடக்கூட இல்லை. இந்த நகரங்கள் உருவாக்கு வதையும் இவைகளை மற்ற நகரங்களோடு நல்ல சாலைகளுடன் இணைப்பதையும் பிரமிக்கத்தக்க வேகத்தில் செய்தது டெங்கின் அரசு. அசுர வேகம் என்பதுதான் சரியான வார்த்தை.

உலகின் மிகப் பெரிய தொழிற்சாலைகளை இங்கே கொண்டுவந்து அதில் பெரிய அளவில் உற்பத்தியைப் பெருக்கி அதன் மூலம் மக்களுக்கு வேலைவாய்ப்பு, அரசுக்கு வருமானம் போன்றவற்றை அடைவது டெங்கின் கனவு. இந்தக் கட்டமைப்புக்கு மிக அவசிய மானது மின்சாரம். சீனாவில் மின் உற்பத்தி முழுஅளவில் அப்போது செய்யப்படவில்லை. யாங்சே நதியானது நைல், அமேசான் போன்ற நீண்ட நதிகளை விடக் கொஞ்சம் சிறியது அவ்வளவுதான். இமாலயத் தில் பிறக்கும் இந்த நதி 6400 கிலோ மீட்டர்கள் பயணம் செய்து கிழக்கு சீனக் கடலில் கலக்கிறது. இதற்கு வடக்கே உலகின் ஆறாவது பெரிய நதியான மஞ்சள் நதி ஓடுகிறது. இந்த இரண்டு நதிகளின் நீர்தான் சீன மக்களை வாழவைக்கிறது. இந்த நதிகளின் குறுக்கே மூன்று பள்ளங்கள் அணை திட்டம் என்று பல நாட்களாக பேசப்பட்டுக் கொண்டிருந்த திட்டத்தை டெங் படு வேகமாக நிறைவேற்றுகிறார். கரையோரமாக இருக்கும் நகரங்கள் அழிந்துபோவது பற்றியெல்லாம் கவலைப்படவில்லை.

பல ஆண்டுகள் வரை வரைபட பலகையிலேயே இருந்த திட்டத்தைச் செயல்படுத்த வேண்டும் என்ற முடிவைச் சீன அரசு எடுத்ததற்கு மூன்று முக்கியமான காரணங்கள் இருந்தன. முதலாவது, அணை வெள்ளத்தைக் குறைக்கும். கடந்த நூறு ஆண்டுகளில் இந்த நதியின் வெள்ளத்தால் 10 லட்சத்துக்கும் மேற்பட்டவர்கள் இறந்திருக் கின்றனர். உதாரணமாக 1998ஆம் ஆண்டு வந்த பெரு வெள்ளம். இரண்டாவது, ஆற்றில் தண்ணீர் கூடுவதால் கப்பல் போக்குவரத்து அதிகரிக்கும். சீனாவில் ஆறு மூலம் நடக்கும் வர்த்தகத்தில் 80% சதவிகிதம் இந்த நதியில்தான் நடக்கிறது. மூன்றாவது காரணம் மிக

முக்கியமானது. இந்த அணையினால் உற்பத்தி செய்யப்படும் மின் சாரம் 22,500 மெகாவாட்கள். இது இந்தியாவில் எல்லா நீர் மின்சாரத் திட்டங்களிலிருந்து பெறப்படும் மின்சாரத்தில் பாதி பங்குக்கும் மேல். தமிழ் நாட்டில் நிறுவப்பட்டிருக்கும் எல்லா மின் உற்பத்தி நிலையங் களும் கொடுக்கும் மின்சாரத்தை விட ஒன்றரை பங்கு அதிகம். உலகில் மிகப் பெரிய நீர் மின்சாரத் திட்டம் இதுதான். சுமார் 40,000 தொழிலாளிகள் பங்கு பெற்ற இந்தத் திட்டம் உலகெங்கிலும் பாராட்டையும் கண்டனங்களையும் தொடர்ந்து பெற்றுக் கொண்டிருக்கிறது.

பாராட்டுபவர்கள் அணையைத் திட்டமிட்ட காலத்துக்குள் கட்டியதற் காகப் பாராட்டுகிறார்கள். அது தரும் மின்சாரத்துக்காகப் பாராட்டு கிறார்கள். வெள்ளத்தைக் கட்டுப்படுத்த முடிந்ததற்காகப் பாராட்டு கிறார்கள். அணையினால் பாதிக்கப்பட்ட 10 லட்சம் மக்களில் பெரும் பாலோருக்கு மறுவாழ்வு கொடுத்ததற்காகப் பாராட்டுகிறார்கள். ஆனால், சுற்றுச் சூழல் பாதுகாவலர்கள் அணைக்காகக் கொடுக்கப் பட்டிருக்கும் விலை கணக்கிட முடியாததாக இருக்கும் என்கிறார்கள். சுமார் 630 சதுர கிலோமீட்டர் அளவில் தண்ணீர் தேங்கியிருப்பதால் பூமி சுற்றும் வேகம் சிறிதளவு குறைந்துவிட்டது. ஒரு நாளானது 24 மணி நேரத்திலிருந்து 24 மணி, 0.00000006 நொடிகளாக அதிகரித்து விட்டது. இதனால் உலகம் முழுவதும் பருவநிலை மாறும் அபாயம் இருக்கிறது என்கிறார்கள்.

ஆனால் இந்தக் கவலைகளை எல்லாம் டெங்கின் அரசாங்கம் மண்டையில் ஏற்றிக்கொள்ளவில்லை. சிறப்புப் பொருளாதார மண்டலங்களுக்கு தடையில்லாத மின்சாரம் அதிக அளவில் வேண்டும் அதுதான் முக்கியமானது என்று சொல்லி செயலாற்றியது. இந்தப் பிரம்மாண்ட திட்டங்கள், அது செய்யப்படும் வேகம் எல்லாம் மக்கள் மனத்தில் பெரும் தாக்கத்தை ஏற்படுத்தியது. நாம் பெரிய வலி மையான, மிக நவீனமான நாடாகப்போகிறோம் என்பதை சீன மக்கள் பெருமையான விஷயமாகக் கருதினார்கள். அதில் அதற்காக தரப்பட்ட விலைகள், துயரங்கள் மறைந்துகொண்டிருந்தன.

இந்தக் கட்டுமான பணிகளுக்கான நிதி ஆதாரத்தின் ஒரு பகுதியை சீன அரசு, ஐக்கிய நாடுகளின் வளரும் நாடுகளின் நிதியிலிருந்து கடனாகப் பெற்றது. கம்யூனிச நாடு இப்படி ஐக்கியநாடுகள் சபையின் நிதி உதவியை பெரிய அளவில் பெற்றது இதுவே முதல் தடவை.

கட்டமைப்பு வசதிகளை பெருக்கிக்கொண்டிருந்த நேரத்தில் 'நாங்கள் உங்கள் முதலீடுகளை வரவேற்க தயாராகிக்கொண்டிருக்கிறோம்' என

உலக நாடுகளிடையே டெங்கின் அரசு மார்க்கெட்டிங் செய்தது. ஆமாம் ஒரு தேசம் தன்னைப் பற்றிய விவரங்களை மிகப் பிரமாதமாக மார்க்கெட்டிங் செய்தது. சில நாடுகளில் மட்டுமே இருந்த சீன தூதரகங்கள் உலகின் 100 நாடுகளுக்கும் மேல் விரிந்தது. ஒவ் வொன்றிலும் ஒரு வர்த்தகப் பிரதிநிதி. இவர் பணி அந்த நாட்டிலுள்ள பெரிய நிறுவனங்களின் அதிகாரிகளைச் சந்தித்து சீனாவின் புதிய பொருளாதாரக் கொள்கைகள் சிறப்புப் பொருளாதார மண்டல வசதிகள் பற்றிச் சொல்வது. அவர்களை சீனாவுக்கு அழைத்து வந்து காட்டுவது. சீனாவின் கதவுகள் திறக்கப்பட்டிருக்கின்றன என்பதை உலகம் உணர அனைத்தும் செய்யப்பட்டது. பல நாடுகளுக்கு அதிபர் டெங்கின் தொடர்ந்த பயணங்கள் அவரது ஆர்வத்தைக் காட்டியது. அமெரிக்க உறவு வலுப்பட்டது.

அமெரிக்க அதிபராக ஜிம்மி கார்ட்டர் பதவியேற்றபோது அதிபர் டெங் ஜியோபிங்கை ஆக்கப்பூர்வமான மன உறுதி கொண்ட பங்குதாரர் எனப் பாராட்டி அவரை வாஷிங்டனுக்கு அழைத்தார். அதையேற்று சீன புத்தாண்டின் முதல் நாளில் வாஷிங்டன் சென்றார் டெங். இது சீன அமெரிக்கா நட்புறவில் ஒரு புதிய மைல் கல்லாக வர்ணிக்கப்பட்டது.

சில வாரங்களில் சீனா மூன்று போயிங் 747 விமானங்களை வாங்கியது. கோகோகோலா சீனாவில் நுழைந்தது. தொடர்ந்து ஒரே ஆண்டில் பல அமெரிக்க நிறுவனங்கள் வரிசையாக நுழைந்தன.

கட்டுக்கோப்பான கம்யூனிச ஆட்சியுடன் டெங் முதலாளித்துவத்தை வரவேற்ற முரணை உலகமே ஆச்சரியமாகப் பார்த்தது. சீனர்களுக்கே ஆச்சரியமான இந்த விஷயம்தான் டெங் கண்ட கனவான 'சீனாவின் தொடர்ந்த வளர்ச்சிப் பாதைக்கான பயணத்தின்' முதல் கட்டம். இந்தக் கனவை தன்னைத் தொடர்ந்து வந்த அதிபர்களையும் காண வைத்ததுதான் இந்த மனிதனின் சாதனை.

8

தொடர்கதைகளான வெற்றிகள்

ஒருநாடு புராதனப் பெருமையுடையதாக இருக்கலாம். நீண்ட கால சரித்திரத்தையும் பல நாகரிகப் பண்புகளையும் கொண்டிருக்கலாம். ஆனால் அது தன் பழைய பெருமையிலே எப்போதும் நிலைத்துக் கொண்டும் தன்னுடைய நாகரிகப் பண்புகளைத் திருப்பித் திருப்பிப் பார்த்துக்கொண்டும் இருக்கக்கூடாது. இருந்தால் தேக்க நிலை ஏற்படும். அதுபோன்ற நிலையில் அதனை எந்த ஓர் அந்நிய சக்தியும் வந்து தன் ஆதிக்கத்துக்குள் கொண்டுவந்து விடும் என்பதை உலக சரித்திரம் பல கட்டங்களில் நமக்கு சொல்லியிருக்கிறது.

அம்மாதிரி அந்நிய சக்திகளிடம் பிடிபட்டுவிட்டால், பிறகு விடு வித்துக் கொள்வது கஷ்டம். அசாதாரணமான முயற்சிகள் தேவைப் படும். எனவே இதுபோன்ற சூழ்நிலைகளில் இருந்து தன்னைப் பாது காத்துக் கொள்ள விரும்பும் எந்த ஒரு நாடும் தன்னுடைய பழைய சரித் திரத்தில் இருந்தும் புதிய புதிய பாடங்களைக் கற்றுக்கொண்டு இனி சந்திக்கப்போகும் எதிர்காலத்துக்குத் தகுந்தபடி தனது நாகரிக பண்பு களை புதுப்பித்துக் கொண்டும் ஒழுங்குபடுத்திக் கொண்டும் வர வேண்டும். எல்லாவற்றுக்கும் மேலாக மாறிவரும் உலகத்தோடு இணைந்து வாழத் தெரிந்துகொள்ள வேண்டும்.

இதை மாவோவைத் தொடர்ந்து வந்த சீன அதிபர் டெங்கும் அவரைத் தொடர்ந்து வந்த எல்லா தலைவர்களும் மிகச் சரியாக உணர்ந்திருந் தார்கள். கம்யூனிச கட்சியின் முக்கிய பிரசாரமே 'பழைசயெல்லாம் மற. சரித்திரத்தை உடை. தொப்புள்கொடி உறவு என்பது ஒரு மாயை' என்பதுதான். 'வழி வழியாக வந்த பழக்கங்கள் எல்லாம் நிலப் பிரபுக்கள் தங்கள் ஆதிக்கத்தை நிலைநிறுத்திக்கொள்வதற்காக ஏற் படுத்தியது. மதம், கலை கலாசாரம் எல்லாம் இதன் அடிப்படையில்

எழுந்தது. நமக்கு வேண்டியது மாறுதல்; அதன் மூலம் வளர்ச்சி' என திரும்பத் திரும்ப வலியுறுத்தப்பட்டது. இதனால் ஒரு தலைமுறை மக்கள் இதைத் தாண்டி தங்கள் சிந்தனைகளை வளர்த்துக்கொள்ள வில்லை.

இதனால் மக்கள் டெங் ஜியோபிங் தலைமையில் கிடைத்த வசதிகளை மிகப் பெரிய சுதந்தரமாக உணர்ந்தார்கள். அவரைத் தொடர்ந்து ஆட்சியில் வந்தவர்களும் மக்களின் இந்த உணர்வுகளை மங்கி விடாமல் பார்த்துக்கொண்டார்கள்.

மன்னர் ஆட்சியைக் களைந்து கம்யூனிச ஆட்சியை நிறுவி, நாட்டை சக்தி மிக்க கம்யூனிச சீனாவாக்க விரும்பி பின்னர் சோஷலிஸ்ட் சீனா வாக மாற்ற கலாசார புரட்சியை முயற்சித்து அதுவும் தோற்றபின்னர் பொதுவுடமை, பொது வறுமையாகிவிடக்கூடாது என்பதால் மேற் கத்திய அரசுகளின் உதவியுடன் புதிய சீனாவை உருவாக்கத் தொடங் கியிருந்த தருணத்தில் காலமானார் மாசேதுங்.

இன்றைய சீன மக்களிடம் மாவோ பற்றிய மதிப்பீடுகள் வினோத மானது. 70% நன்மைகளும் 30% தீமைகளும் மாவோ செய்திருக்கிறார் என்கிறார்கள். மாவோவுக்குப் பின் ஆட்சியைப் பிடித்த டெங் ஜியோ பிங் மாவோவின் கொள்கைகளை ஏற்றுக்கொண்டு அவர் செய்த தவறு களை மறந்துவிடலாம் என்ற அணுகுமுறையில் ஆட்சியைத் தொடர்ந் தார். இவரது காலத்தில் நிகழ்ந்த முன்னேற்றங்களைத் தொடர இவருக் குப் பின்னர் ஆட்சிக்கு வந்த ஹூ ஜிண்டாவுக்கு இவரது பாணியையே பின்பற்றவேண்டிய அவசியம் ஏற்பட்டது. பொருளாதார ரீதியில் ஹூ ஜிண்டாவின் ஆட்சிக் காலத்தில் சீனா மிக வேகமாக வளர்ந்தது. புதிய உயரங்களைத் தொட்டது. வளர்ச்சி சதவிகிதங்கள் நம்ப முடியாத அளவுக்கு உயர்ந்துகொண்டே போயிற்று.

ஹூ ஜிண்டாவ் வளர்ச்சி அதிகம் இல்லாத கிராமங்களை தேர்ந் தெடுத்து அங்கே சிறப்புப் பொருளாதார மண்டலங்களை நிறுவி, அவைகளை முக்கிய தொழில் வர்த்தகக்கேந்திரங்களாக மாற்றினார். 1990களின் தொடக்கத்தில் உலகம் முழுவதுமே உலகமயமாவதின் தாக்கத்தில் இருந்தது. கட்டுப்பாடற்ற வர்த்தகம், வேலிகள் இல்லாத நாடுகள், பொருளாதார வளர்ச்சிக்குப் புதிய பாதைகள் என்று புதிய வெளிச்சங்கள் தோன்றியிருந்த காலகட்டத்தை ஹூ ஜிண்டாவ் செம்மையாகப் பயன்படுத்திக்கொண்டார். உலகப் பொருளாதாரத் துடன் மேலும் நெருங்கி பின்னிப் பிணைய சீனாவுக்குப் புதிய சந்தைப் பொருளாதாரம் அவசியம் என்பதை உணர்ந்திருந்தார். சீனா புதிய சவால்களை, புதிய சூழ்நிலைமைகளை சந்திக்க கட்சியையும்

ஆட்சியையும் தயார் செய்தார். இவர் இந்த முயற்சிகளையும் ஒரு மார்க்சிய சித்தாந்தம் என வர்ணித்துக் கொண்டிருந்தார். ஹூ ஜிண்டாவ் சொன்ன மார்க்சியவாதிகளில் மார்க்ஸ், லெனின், மாவோ போன்றவர்களுடன் டெங் ஜியோபிங் இணைந்து கொண்டார். இவர்களது சித்தாந்தங்களை நாம் போற்றி, மாற்றங்களுடன் பயணம் செய்ய வேண்டும். சீனாவில் கம்யூனிசம் வளர பாடுபடவேண்டும், வளமான சமூகத்தை உருவாக்கவேண்டும் எனப் பேச ஆரம்பித்தார்.

ஒரு காப்பிடலிஸ்டாக மாறிப்போனவரைத் துணிந்து கம்யூனி ஸ்ட்டாகவே வர்ணித்து தனது நீண்டகால கனவான உலக அரங்கில் பொருளாதாரத்தில் அமெரிக்காவைவிட வலிமை கொண்ட ஒரு நாடாக சீனாவை உருவாக்கிவிடவேண்டும் என்பதை வெகு வேகமாக செயலாக்கிக் கொண்டிருந்தார். இதைச் செய்ய மாவோவின் கொள் கைகளைப் பயன்படுத்த முடியாது என்பதால் டெங் ஜியோபிங்கையும் ஒரு கம்யூனிச சித்தாந்தவாதியாக்கினார். டெங் ஜியோபிங், மாவோ வின் ஆன்மாவை அகற்றிவிட்டு நிழலை அடையாளமாக்கி ஆட்சி நடத்தியவர். ஹூ ஜிண்டாவ் இப்போது அந்த நிழலையும் அகற்றி விட்டு டெங் ஜியோபிங்கை கடவுளாக்கி அவரது பெயரால் தான் விரும்பியதைச் செய்துகொண்டிருந்தார்.

2003லிருந்து பத்தாண்டுகாலம் ஆட்சியில் இருந்த ஹூ ஜிண்டாவின் ஆட்சிக்காலத்தில் சீனாவின் வளர்ச்சி மிகப்பெரிய அளவில் இருந்தது. பன்னாட்டு நிறுவனங்களின் வருகை மிக அதிகரித்தது. பொருளாதாரம் நான்கு மடங்கு வளர்ந்தது. கிராமப்புற மக்களின் வாழ்க்கைத்தரம் மிக உயர்ந்தது. நகர்புற மக்களின் வாழ்க்கை அடியோடு மாறிப் போயிருந்தது. ரயில், சாலைப் போக்குவரத்து புரட்சிகரமாக மாறியது எல்லாவிதமான ஊழியர்களுக்கும் ஊதியங்கள் மிக உயர்ந்தன. மக்களின் வாங்கும் திறன் அதிகரித்தது. பல நகரங்களில் அடிப்படை கட்டுமானங்கள், அடுக்குமாடி கட்டிடங்கள் எல்லாம் அதிக அளவில் எழுந்தது. பல்வேறு துறைகள் தனியார்மயமாயின.

2002ஆம் ஆண்டு பொருளாதார அடிப்படையில் சீனா 6வது இடத்தில் இருந்தது. 10 ஆண்டுகளில் ஜப்பானைப் பின் தள்ளி இரண்டாவது இடத்தைப் பிடித்தது. அமெரிக்கா இருக்கும் முதல் இடம்தான் அடுத்த இலக்கு. ஹூ ஜிண்டா ஆட்சிக் காலத்தில் பிரச்னைகள் எழாமல் இல்லை. நிலநடுக்கத்தால் பேரிழப்பு, குழந்தைகள் உணவு கலப்படத் தினால் எழுந்த பிரச்னை, உள்நாட்டு மதக்கலவரங்கள், எல்லையில் திபெத்தியர்கள் எழுப்பிய பிரச்னை எனப் பலவகையான பிரச்னைகள். ஆனாலும் ஹூ ஜிண்டாவ் மிகத் திறமையாக அவற்றைக்

கையாண்டார். உலகின் சில தலைவர்களுக்கே நாட்டின் வளர்ச்சி குறித்து காணும் கனவுகளை நனவாக்கும் வாய்ப்பு கிடைக்கும். ஹூ ஜிண்டாவுக்கு அந்த வாய்ப்பு கிடைத்தது.

2013ல் சீனாவின் புதிய அதிபராக ஜி ஜின்பிங் பொறுப்பேற்றார். அடுத்த பத்து ஆண்டுகள் சீனாவை அடுத்து கட்டத்துக்கு எடுத்துச் செல்லப் போகிறவர் இவர்தான். 'சீனாவை ஒரு வலிமையான சக்திமிக்க நாடாக உருமாற்ற, நாம் அனைவரும் ஒன்று சேர்ந்து உழைக்க வேண்டும்' என்று கட்சி தேர்தல் மாநாட்டில் தன் உரையில் சொல்லியிருக்கும் ஜி ஜின்பிங் மறைமுகமாகத் தெரிவித்திருக்கும் விஷயம் 'நான் ஹூ ஜிண்டாவின் பாணியில் தான் ஆட்சி முறைகளைத் தொடர்வேன்.' என்பதுதான்.

சீனாவின் வெற்றிக்கு மிகப்பெரிய காரணம் ஆட்சி மாறினாலும் காட்சி மாறினாலும் 'தொடர்ந்த வளர்ச்சி' என்ற அடிப்படை குறிக்கோள் மாறுவதில்லை என்பதுதான். இதில் உறுதியாக இருக்கும் ஒவ்வொரு அதிபரும் இதை சாதிக்க முடிந்ததற்குக் காரணம் சீனாவுக்கு தொடர்ந்து கிடைத்து வரும் அந்நிய முதலீடுகள். உலகின் பல நாடுகள் ஆச்சரியத் துடன் கேட்கும் கேள்வி, 'சீனாவுக்கு மட்டும் இது எப்படி சாத்திய மாயிற்று?'

9

அந்நிய முதலீடுகள்

பொருளாதார உலகம் எப்போதுமே மாறுதல்களைச் சந்தித்துக் கொண்டேயிருக்கிறது. 1980களில் உலகமயமாதல் என்ற ஒரு அலை எழுந்தது.

வளர்ந்த நாடுகள் தங்களது அந்நியச் செலாவணி சேமிப்புகளைப் பெருக்க ஏற்றுமதிகளைத்தவிர பிற வழிகளைத் தேடிக்கொண்டிருந் தன. வளரும் நாடுகள் அந்நிய நாடுகளிலிருந்து கடன் வசதிகளைத் தவிர எளிதான பிறவழிகளைத் தேடிக்கொண்டிருந்தன. இந்தப் பரஸ் பர தேடலின் விளைவாக எழுந்ததுதான் உலகமயமாதல் கோட்பாடு. இதன் மூலம் வளர்ந்த நாட்டிலுள்ள வலிமையான நிறுவனங்கள் தங்கள் நிறுவனங்களை மற்றொரு நாட்டில் நிறுவி அவர்களது உற்பத்திகளை உருவாக்கி, ஏற்றுமதிகளையும் செய்யும். இதன் மூலம் நேரடியாக அந்த நிறுவனத்தின் உலகளவிலான வருமானம் உயரும். முதலீடு செய்யப்படும் நாடுகளில் உள்நாட்டுப் பொருளாதாரமும், வேலைவாய்ப்புகளும் பெருகும். இந்த வாய்ப்பைப் பெற அந்த நாடுகள் தங்கள் முதலீட்டு, வரிவிகிதக் கொள்கைகளைத் தளர்த்திக் கொள்ள, அல்லது மாற்றியமைக்க வேண்டும். தொடக்க காலங்களில் இப்படி அந்நிய முதலீடுகளை வரவேற்றால், நாம் அந்த ஆதிக்க சக்திகளின் பிடியில் சிக்கிவிடுவோம் என்று பல நாடுகள், அதுவும் பிரிட்டிஷ் காலனியாக இருந்து விடுதலை பெற்ற நாடுகள் பயந்து தயங்கின. ஆனால் சீனா இதிலிருந்த சாதகமான விஷயங்களைப் புரிந்துகொண்டு செயலில் இறங்கியது. பொதுவுடைமைக் கொள் கையில் இருந்து விலகி முதலாளித்துவப் பொருளாதாரத்தை நோக்கி சீனா நகர்ந்து உலக வர்த்தகத்தில் தீவிர பங்களிக்கும் தேசமாக மாறியது.

56

1978ல் இருந்து சீனப் பொருளாதாரம் வேகமான வளர்ச்சியைப் பதிவு செய்துகொண்டிருக்கிறது. 1978இல் சீனாவின் மொத்த உற்பத்தி 214 பில்லியன் அமெரிக்க டாலர்களாக இருந்தது. 2012இல் அது எட்டு மடங்காகி 8.3 ட்ரில்லியன் (டிரில்லியன் = 1 லட்சம் கோடி) டாலர் களானது.

எப்படி நிகழ்ந்தது இந்த ஆச்சரியமான மாற்றம்?

இது குறித்து பல புத்தகங்கள் வெளியாகியிருக்கின்றன. இன்று மேற் கத்திய உலகில் அதிகமாக எழுதப்படும், விற்கப்படும் புத்தகங்கள் எல்லாம் சீனாவின் இந்த மாபெரும் மாற்றத்தைப் பற்றியவை. எல்லா வற்றிலும் அடி நாதமாகக் குறிப்பிடப்படும் விஷயம் அதன் தொடர்ந்த வளர்ச்சியின் வேர், அதாவது அங்கு தொடர்ந்து அதிகரித்து வரும் அந்நிய முதலீடுகள்.

கடந்த 10 ஆண்டுகளில் வளர்ந்த நாடுகள் வெளிநாடுகளில் செய்த அந்நிய முதலீடுகளில் 20%க்குமேல் சீனாவில் செய்யப்பட்டிருக்கிறது. 2008ஆம் ஆண்டு இது 100 பில்லியன் டாலராக இருந்தது,(அலையின் உச்சகட்டம்) 2012ஆம் ஆண்டு முதல் 6 மாதத்தில் 59.1 மில்லியன் டாலர்கள். இந்த காலகட்டத்தில் அமெரிக்கா பெற்ற முதலீடு 57 மில்லியன் தான். 2013ல் இது 64 பில்லியனாக உயர்ந்து உலக நாடுகளின் மொத்த முதலீடுகளில் 34% சீனா பெற்றிருந்தது. அதாவது அந்நிய முதலீடுகளைப் பெறுவதில் உலகின் முதலிடத்துக்கு சீனா நகர ஆரம் பித்துவிட்டது. உலக பொருளாதாரச் சிக்கல்கள் எழுந்தபோது கூட இந்த முதலீடுகள் பெரிய பாதிப்புகளைச் சந்திக்கவில்லை.

சீனாவால் எல்லா காலகட்டத்திலும் தொடர்ந்து எப்படி இவ்வளவு அந்நிய முதலீடுகளைப் பெற முடிந்தது? ஒரே வார்த்தையில் இதற்கு பதில் சொல்ல முடியுமானால் 'விதைக்கப்பட்ட நம்பிக்கைகள்'.

ஒரு அந்நிய நாட்டில் முதலீடு செய்யும் பன்னாட்டு நிறுவனங்கள் முதலில் உறுதி செய்ய விரும்பும் விஷயம் அந்த நாட்டில் முதலீடு செய்வதில் உள்ள ஆபத்துகளும் (ரிஸ்க்) அதிலிருந்து பாதுகாத்துக் கொள்ளும் வழிமுறைகளும். இந்த ஆபத்துகளை அறியும் முறை, அவற்றிலிருந்து பாதுகாத்துக்கொள்ளும் முறைகளை ஆராய்ந்து பட்டியலிட்டிருக்கிறார்கள் இதற்கான நிபுணர்கள். இதன் அடிப் படையில் ஒரு நாடு அந்த வரிசைப் பட்டியலில் பெற்றிருக்கும் இடம் நிர்ணயிக்கப்படும். 1970களில் சீன தேசத்தில் முதலீடுகளைத் தவிர்ப் பது நல்லது என்ற நிலையில் இருந்தது. 1980களில் நம்பத்தகுந்த பாது காப்புகள் உள்ள தேசமாக மாறிப்போனது. இன்று உலகில் முதலீடுகள்

செய்ய சிறந்த நாடுகள் என்ற பட்டியலில் முதலிடத்தைப் பிடித்து விட்டது. இதற்குக் காரணம் சீனாவை ஆண்ட பின்னாளைய ஆட்சி யாளர்கள் இப்படி மாறவேண்டிய அவசியங்களை உணர்ந்து அந்தக் குறிக்கோளை நோக்கிய அனைத்தையும் திட்டமிட்டுச் செய்துகொண் டிருந்தனர். நாங்கள் ஒரு கம்யூனிச நாடாகத்தான் இருக்கிறோம். ஆனால் வளரத் துடிக்கும் காப்பிடல் கம்யூனிஸ்ட்டுகளாக மாறிவிட் டோம், பாதுகாப்பான முதலீடுகளுக்கான பருவநிலைகளை உருவாக் கியிருக்கிறோம் என்பதை இவர்கள் உலகத்துக்குத் திரும்பத் திரும்ப சொல்லிக்கொண்டிருந்தார்கள்.

அவர்கள் வெறும் வார்த்தைகளாக மட்டும் இதைச் சொல்லிக்கொண் டிருக்கவில்லை. உள்நாட்டில் மிகப்பெரிய, பிரம்மாண்டமான கட்ட மைப்புகளை உருவாக்கினார்கள். குறிப்பாக சாலைகள். ஒரு நாட்டின் வலுவான பொருளாதார வளர்ச்சிக்கு நல்ல சாலைகள் மிக அவசியம் என்பதை உணர்ந்த டெங் ஜியோபிங் தன் பதவிக்காலத்தில் (1978) சிறப்பு வழிப்பாதைகளை உலகத் தரத்தில் உருவாக்கத் தொடங்கினார். இது பெரும் மாற்றங்களை நிகழ்த்தியது. இவரைத் தொடர்ந்து வந்த வர்கள் இதை மேலும் வலுப்படுத்தினார்கள்.

பெய்ஜிங்-டியான் ஜிங்-டான்கு பெரிய நகரங்கள். ஆனால் இவற்றை ஒன்றிணைக்கும்படியான நல்ல சாலைகள் இல்லை. முதல் கட்டமாக இவற்றை இணைத்து 'ஜிங்ஜிண்டான்' என்ற பெயரில் (நகரங்களின் முதல் எழுத்துகள்) ஒரு திட்டத்தைத் துவக்கினார்கள். 143 கி.மீ. தூரத் திற்கு உருவான இந்த முதல் சிறப்பு வழிச்சாலைக்கு மற்றொரு தனிச் சிறப்பு. இதுதான் சீனாவில் தனியார் நிறுவனம் முதலில் உருவாக்கிய சாலை. இதனால் 5 மணிநேரப் பயணம் இரண்டு மணிநேரமாகக் குறைந்தது. சீனாவில் அரசாங்கப் பணியாக இல்லாமல் முதன்முதலில் டெண்டர் விடப்பட்டு, உலக வங்கியில் கடனுதவி பெறப்பட்டு கட்டப்பட்ட சாலை. உள்நாட்டுக்காரர்களுக்கு சாலை அமைப்பது கட்டிடம் கட்டுவது என்பது ஒரு வணிக வாய்ப்பு. இனி அரசாங்கம் மட்டுமே இவைகளைச் செய்யாது எனப் புரிந்து கொள்ள வாய்ப்பைத் தந்த சாலை.

1992ம் ஆண்டு இன்னொரு மிகப்பெரிய நெடுஞ்சாலை திட்டம் தொடங்கியது. நாட்டில் 5 லட்சம் மக்களுக்குமேல் வசிக்கும் எல்லா நகரங்களையும் சிறப்பு வழிப்பாதைகளால் இணைக்கும் திட்டம் இது. முதலில் 30,000 கி.மீ. எனத் தொடங்கி 12 தேசிய நெடுஞ்சாலைகள் அமைக்கப்பட்டன. மொத்தம் 1,80,000 கி.மீ. இந்தத் திட்டத்தை முடிக்க குறிக்கப்பட்ட இலக்கு 10 ஆண்டுகள். செலவு 150 பில்லியன்

டாலர்கள். திட்டமிட்ட காலத்துக்குள்ளாகவே, மதிப்பிடப்பட்ட செலவுக்குள்ளாகவே செய்து முடித்துவிட்டார்கள். இவ்வளவு பிரம் மாண்டமான சாலைகளை அமைக்க முக்கிய காரணம் இருந்தது.

அப்போது நாட்டின் முழு தொழில் வளர்ச்சிக்காக, சீனாவின் கடலோரப் பகுதிகளில் சிறப்புப் பொருளாதார மண்டலங்களையும் அவற்றுக்கு அருகில் புதிய நகரங்களையும் உருவாக்கிக் கொண்டிருந் தார்கள். அங்கு முதலீடுசெய்ய வருபவர்களுக்கு வசதியாகவும், அங்குள்ள அனல் மின்சார நிலையங்களுக்கு தேவையான நிலக்கரியை எடுத்துச்செல்ல வசதியாகவும் இருக்கும்படியாகத்தான் அந்த பிரம் மாண்ட சாலைகளை அமைத்தார்கள். இப்படி ஒவ்வொரு கட்டத் தையும் அந்நிய முதலீடுகளை ஈர்ப்பதற்கென்றே திட்டமிட்டு அமைத் தார்கள். இவற்றைத் தொடர்ந்து எழுப்பப்பட்ட புதிய நகரங்களில் தொழிற்சாலைகளில் பணிபுரிபவர்களுக்கென வசதியாக வீடுகள் உருவாக்கப்பட்டன. லட்சக்கணக்கில் மக்கள் வசிக்க புதிய அடுக்கு மாடி கட்டடங்கள். இம்மாதிரி வீட்டு வசதிகளை அளிப்பதன் மூலமும், வேலைவாய்ப்பை அளிப்பதன் மூலமும் நாட்டின் ஒரு கோடியிலிருக்கும் கிராம மக்களை மறுகோடிக்கு நகர்த்த முடிந்தது.

கட்டடங்கள், சாலைகள் இருந்தால் மட்டும் முதலீட்டாளர்களின் நம்பிக்கையைப் பெற்றுவிடமுடியாது என்பதை சீனத்தலைவர்கள் நன்கு அறிந்திருந்தார்கள். ஒரு கம்யூனிஸ நாட்டில் முதலீடு செய் வதில் உள்ள மிகப்பெரிய ஆபத்து, தொடங்கப்பட்ட தொழில்கள் ஒரே இரவில் அரசு உடமையாக்கப் பட்டதாக அறிவிக்கப்பட்டு அரசால் கையகப்படுத்தப்படும் என்பதுதான். அதற்காக வினோதமான நீதித் துறை சட்டங்கள் கொண்டிருந்த சீனாவின் நீதித்துறையில் பல அதிரடி மாற்றங்கள் அறிவிக்கப்பட்டன. இவை முதலீட்டாளருக்கும் தெரி விக்கப்பட்டது. நன்கு வளர்ந்த நாடுகளில் இருப்பதைப்போல மிகச் சுதந்தரமான சட்டங்கள் இல்லை என்பது உண்மையாயினும், நம்பிக் கையூட்டும் அளவில் சட்டம், நீதித்துறையில் மாற்றங்கள் நிகழ்ந்தது.

எந்த நாட்டிலும் தொழில் வளர்ச்சிக்கும் பொருளாதார முன்னேற்றத் துக்கும் அவசியமான ஒரு விஷயம் நிலம். சீனாவில் புரட்சிக்குப் பின்னர் நாட்டின் நிலமும் வளங்களும் அரசுக்கு சொந்தமானவை என அறிவிக்கப்பட்டுவிட்டதால் அரசின் வசம் அத்தனை நிலப்பகுதிகளும் இருந்தன. இது பெரிய திட்டங்களின் மூலம் தொழில் நகரங்களை எழுப்பவும், மக்களை இடம்பெயரச்செய்யவும் வசதியாக இருந்தது. போலும் சீன அரசியல் அமைப்பின்படி இந்த நிலங்கள் அவை இருக்கும் மாகாண நிர்வாகத்துக்குச் சொந்தமானது. ஒரு தொழிற்

சாலை அமைக்கப்படவேண்டுமானால் அந்த மாகாணம் மத்திய அரசின் வழிகாட்டுதலின்படி ஒப்புதல் அளிக்க வேண்டும். இது சீன அரசால் அழைக்கப்படும் அந்நிய முதலீட்டாளர்களுக்கு நிர்வாகச் சிக்கல்களையும் தாமதங்களையும் ஏற்படுத்தும் என்பதால் ஒரு மிகப் பெரிய நிர்வாக மாற்றத்தை அரசு அறிவித்தது. இதன்படி மத்திய அரசு அனுமதிக்கும் எந்த முதலீட்டு திட்டத்துக்கும் மாகாண அரசுகள் நிலம் அளிக்கவேண்டும். அதை குத்தகையாகவோ அல்லது விலைக்கோ வெளிநாட்டு முதலீட்டாளர்களுக்கு கொடுக்கலாம். இதன் மூலம் முதலீடு செய்பவர்களுக்கு சொந்த இடம் சட்டபூர்வ பாதுகாப்பு என்ற நம்பிக்கை பிறந்தது.

புரட்சிக்குப் பின் எழுந்த அரசாங்கம் அத்தனை அதிகாரங்களையும் கையில் வைத்திருந்தது. அளவுகடந்த அதிகாரம் என்பதும் வளர்ச் சியைப் பாதிக்கும் என்பதை உணர்ந்த அதிபர் டெங் மாகாணங்களின் அதிகாரங்களை அதிகரித்து அவற்றைத் தன்னாட்சி மிகுந்த வலி மையான அமைப்பாக அதே நேரத்தில் மத்திய அரசின், கட்சியின் கட்டுப்பாட்டிலிருந்து நழுவிவிடாமல் இருக்கும் அமைப்புகளாக மாற்ற விரும்பினார். இதற்காக சிறப்புப் பொருளாதார நகரங்கள் உருவாக்கப்படும்போது அவற்றுக்கு சிறப்பு அதிகாரங்களையும் மாகாணங்களுக்கு தொழில் முனைவோருக்கு நிலம் வழங்கும் அதிகாரமும் பகிர்ந்தளிக்கப்பட்டது. இதற்கு அடுத்த கட்டமாக மாகாண அரசுகள் நேரடியாக அந்நிய முதலீட்டாளர்களை வரவேற் கலாம் என்ற திட்டமும் அறிவிக்கப்பட்டது. இது மாகாணங்களுக் கிடையே போட்டி உணர்வைத் தோற்றுவித்தது. தங்கள் பகுதிக்கு பல நிறுவனங்கள் வரவேண்டும்; வேலை வாய்ப்புகளை பெருக்க வேண்டும் என்ற எண்ணத்துடன் மாகாணத் தலைவர்களும் நகர மேயர்களும் செயல்படத் தொடங்கினர். நில குத்தகை அல்லது விற்பனை மூலம் நகராட்சிகள் பணக்கார நகராட்சியாகவும் வலிமை பொருந்திய அரசியல் அமைப்பாகவும் ஆகியது. உழுபவனுக்கே நிலம் சொந்தம் என்று சொன்ன அரசு, இப்போது அவனுடைய நிலத்திலிருந்து அவனை வெளியேற்றி அதை அந்நியர்களுக்கு வழங்கியது.

இடம், போக்குவரத்து வசதி, கட்டடங்கள், மின்சாரம் போன்ற எல்லா கட்டமைப்புகளையும் உருவாக்கிக்கொண்டிருக்கும்போதே உலக நாடுகளிலிருக்கும் பெரும் நிறுவனங்களை அழைத்து இவற்றைக் காட்டி தாங்கள் எவ்வளவு மாறிக்கொண்டிருக்கிறோம் என்பதை விவரித்தார்கள். இதற்கு ஒரு வாய்ப்பாக வந்தது 2008 ஒலிம்பிக்ஸ். எட்டு ஆண்டுகளுக்கு முன்னரே அவர்கள் இந்த வாய்ப்பை கேட்டுப்

பெற்றிருந்தார்கள். அப்போது அது நாட்டின் கௌரவத்தை உயர்த்தும் ஒரு உலகளவு விளையாட்டு போட்டியாகத்தான் கருதப்பட்டது. ஆனால் 2004க்கு பின் அதை வளர்ந்துகொண்டிருக்கும் தங்கள் பொருளாதார வளர்ச்சிக்கும், வந்து கொண்டிருக்கும் அந்நிய முதலீடுகளின் அடையாளங்களை உலகுக்குக் காட்டவும் புத்திசாலித் தனமாக ஒரு அலங்காரப் பொருளாகப் பயன்படுத்திக்கொண்டார்கள்.

ஒலிம்பிக்கின் தேவைகளுக்கும் மேலாக, மிக அதிகமாக வசதிகளுக்கு திட்டமிடப்பட்டது. பல நகரங்களில் பாரம்பரிய கட்டடங்கள் எல்லாம் இடிக்கப்பட்டு புது நகரங்கள், சுகாதார வசதிகள், மின் இணைப்புகள் எல்லாம் உருவாக்கப்பட்டன. இதுவரை எவரும் காணாத ஒலிம்பிக்ஸை நாம் நடத்தப்போகிறோம் என்பது மக்களை ஊக்குவிக்கும் மந்திரமாக இருந்தது. உண்மையில் நகரங்களைப் புதுப்பிக்கும் வேலைகளுக்கு ஒலிம்பிக்ஸ் ஒரு காரணமாகத்தான் இருந்தது. இந்த ஒலிம்பிக்ஸ் கட்டுமான பணிக்காக உலகெங்கிருந்தும் மிக அதிக அளவில் ஸ்டீல், சிமெண்ட் தளவாடப் பொருள்கள் இறக்கு மதி செய்யப்பட்டன. கட்டடக் கலைஞர்கள், வெளிநாட்டு கட்டுமான பணி நிறுவனங்கள் வரவேற்கப்பட்டன. இவர்களுக்கு ஒழுங்கான முறையில் சர்வதேச வங்கிகள் மூலம் பணம் பட்டுவாடா செய்யப் பட்டது. ஒலிம்பிக்ஸுக்கு வருபவர்கள் தங்களுடைய பல புதிய நகரங் களைப் பார்க்க வேண்டும் என்பதற்காகவே அதிகமான நகரங்களில், நிகழ்ச்சிகள் நடைபெற்றன. அதற்குத் தகுந்தாற்போல அந்தக் கால கட்டத்தில் உலக மீடியாக்கள் அந்த சீன ஒலிம்பிக்ஸைப் பற்றி எழுதியதைவிட மிக வேகமாக மாறிக்கொண்டிருக்கும் சீனாவைப் பற்றிதான் அதிகம் எழுதின.

அந்நிய முதலீடுகளுக்கு வசதிகளைச் செய்வதோடு மட்டும் நிறுத்திக் கொள்ளாமல், கட்டுப்பாடுகளையும், ஏற்றுமதிக் கொள்கைகளையும் நம்பவே முடியாத அளவுக்குத் தளர்த்தினார்கள். சிறப்புப் பொருளா தார மண்டலங்களில் தொழில் தொடங்குவோருக்கு சலுகைகள், வசதிகள் அதிகரிக்கப்பட்டன. எல்லா அனுமதிகளையும் ஒரே இடத்தில் ஒரே நேரத்தில் வழங்க தனி அலுவலகங்கள் தொடங்கப் பட்டன. இதில் தொழில் தொடங்கும் இடம் மட்டுமில்லை, தேவை யான தொழிலாளர்களும் தரப்பட்டார்கள். இது முதலீட்டாளர்களுக்கு மிகப் பெரிய வரப்பிரசாதம். புதிய நாட்டில் தொழிலாளர்களைத் தேடுவது என்ற சவாலான பணியின் பளு குறைந்தது. அதைவிட ஆச்சரியமான விஷயம். அவர்களுக்குத் தரப்படவேண்டிய ஊதியம் மிகக் குறைவாக நிர்ணயிக்கப்பட்டிருந்ததுதான். எந்த நாட்டிலும் வெளிநாட்டு நிறுவனம் பணியமர்த்தும் ஊழியர்களுக்கு உள்நாட்டு

நிறுவனங்களை விட அதிக ஊதியம் இருக்கும். ஆனால் சீனாவில் தொடக்கக் காலங்களில் இது குறைவாக இருந்தது.

அனைத்து வசதிகள், குறைந்த கூலியில் தொழிலாளர்கள், ஏற்றுமதி, இறக்குமதிகளில் சலுகை என்று, சிவப்பு கொடி பறந்த தேசத்தில் சிவப்பு நாடாக்கள் இல்லாமல் ஜெட் வேகத்தில் இயங்கி தொழில் தொடங்க முடியுமானால் அந்தத் தேசத்துக்கு முதலீடு செய்ய யார் வராமலிருப்பார்கள்?

8 ஆண்டுகளில் சீனா உலகின் மிகப்பெரிய உற்பத்தி தொழிற் சாலையாக மாறிப்போனது. வெற்றிகளைச் சுவைத்த நிறுவனங்கள் தங்கள் முதலீட்டையும் உற்பத்தியையும் பெருக்கிக்கொண்டன. புதிய நிறுவனங்கள் நிறைய உருவாகின. இந்திய நிறுவனங்களும் வரத் தொடங்கின. 2004ல் முதலில் காலடி வைத்த நிறுவனம் சுந்தரம் ஃபாஸ்ட்னர்ஸ் (தமிழ் நாட்டு நிறுவனம்). இதைத்தொடர்ந்து பல இந்திய நிறுவனங்கள் வந்து தங்கள் உற்பத்தியை ஆரம்பித்தனர். 1990களில் சீனாவில் 19 மில்லியன் டாலராக இருந்த அந்நிய முதலீடு 10 ஆண்டுகளில் 300 பில்லியன் டாலர்களாக உயர்ந்தது. இன்று உலகில் அந்நிய நாடுகளில் செய்யப்படும் முதலீடுகளில் 60%க்கும் மேல் கடந்த 5 ஆண்டுகளில் சீனாவில் செய்யப்பட்டிருக்கிறது. பல நாடுகள் தங்கள் அந்நிய முதலீடுகளை மற்ற நாடுகளில் குறைத்துக்கொண்டு சீனாவில் முதலீடு செய்யத் தொடங்கியிருக்கின்றன. 2013ஆம் ஆண்டு இங்கு செய்யப்பட்ட முதலீடுகள் 117.6 பில்லியன் டாலர்கள். இது 2012ஆம் ஆண்டைவிட 5% அதிகம். இத்தகைய முதலீடுகள் ஆண்டுக்கு 4-5% அளவில் அதிகரித்துக்கொண்டே போகிறது. 2014 ஆம் ஆண்டு உலக நாடுகள் சீனாவில் செய்திருக்கும் முதலீடுகளின் மதிப்பு 78,300 பில்லியன் டாலர்கள். அவர்கள் விதைத்த நம்பிக்கை விதை வேரூன்றி விருட்சமாகிக் கொண்டிருப்பதைத்தான் இது காட்டுகிறது.

சீனாவின் சிறப்புப் பொருளாதார மண்டலங்கள், வரிச்சலுகைகள் போன்றவற்றைத் தாண்டி அவர்கள் செய்யும் மார்கெட்டிங் முறை களும் இந்த அபாரமான வளர்ச்சிக்குக் காரணம் எனலாம். உலகின் பல நாடுகளில் சீனா தனது வளர்ச்சி வாரியத்தின் அலுவலகங்களைத் திறந்திருக்கிறது. 'இன்வெஸ்ட் இன் சீனா' என்ற வெப் சைட்டை உருவாக்கியிருக்கிறார்கள். இதில் சீனாவில் எந்த விதத் தொழிலை எந்தப் பகுதியில் தொடங்கலாம், அவர்கள் தேவைகள் அடுத்த 10 ஆண்டுகளுக்கு எவ்வளவு (கவனியுங்கள் அடுத்த 10 ஆண்டுகள்) போன்ற பலவிபரங்கள் தரப்பட்டுள்ளன. எவரும் எளிதாக அணுகக் கூடிய இந்தத் தளம் இந்தியா உள்பட ஒவ்வொரு நாட்டிலிருந்தும்

அவர்கள் எதை சீனாவுக்கு ஏற்றுமதி செய்யலாம் (அந்த நாட்டின் பொருள் உற்பத்தி விபரங்களை இவர்கள் கை விரல் நுனியில் வைத் திருக்கிறார்கள்.) என்பதையும் சொல்கிறது. அதே தளத்தில் தேவை யான விபரங்களை பதிவு செய்தால் உடனடியாக விபரங்கள் சொல்லும் பிரிவின் அதிகாரி அந்த நிறுவனத்தைத் தொடர்பு கொள்கிறார்.

அந்நிய முதலீடுகள், அதிக உற்பத்தி, அதிக ஏற்றுமதி என்பது அந்த நிறுவனங்களுக்கும் அந்த நாடுகளுக்கும் பயன் அளிக்கும் ஒரு விஷயம். ஆனால் இதனால் சீனாவின் உள்நாட்டுப் பொருளாதாரம், மிகப்பெரிய மாற்றங்களையும் ஏமாற்றங்களையும் சந்திக்க வேண்டியிருந்தது.

என்ன அது? அதை எப்படிச் சமாளித்தார்கள்?

10

புதிரான சீனப் பொருளாதாரம்

மக்களின் விவசாய நிலங்களை எந்தவித நஷ்ட ஈடும் கொடுக்காமல் வாங்கி அதை அந்நிய நாட்டு நிறுவனங்களுக்கு விலைக்கு அல்லது குத்தகைக்குக் கொடுத்து சலுகைகளையும் வாரி வழங்கி சீனா தன் ஏற்றுமதியையும் வெளிநாட்டு செலாவணியையும் பெருக்கிக் கொண்டிருந்தது. ஆனால் 1980-90களில் உள்நாட்டு பொருளாதாரம் ஒரு வினோதமான நிலையில் இருந்தது.

ஒரு பொருளாதார வளர்ச்சியை அறியும் அளவுகோல் புள்ளி விபரங் களும் அதன் அடிப்படையில் செய்யப்படும் அலசல்களும்தான். ஆனால் இரும்புத் திரைக்குப் பின்னால் இருந்த சீனாவில் கம்யூனிச ஆட்சியில் வளர்ச்சி, வளர்ச்சி விகிதம் பற்றி எவருக்கும் அறிவிக்கப் பட வேண்டிய அவசியம் இல்லை என்பதால் அதை ஒரு முக்கியமான விஷயமாகப் பார்க்கவில்லை. இதனால் உற்பத்தி அளவுகள், மதிப்பீடுகள் எல்லாம் தவறாகவே இருந்தன.

கட்டுக்கோப்பான கம்யூனிச ஆட்சியில் கம்யூன்களின் உற்பத்தி, தொழிற்சாலைகளின் உற்பத்தி எல்லாவற்றுக்கும் கட்சி தலைமை இலக்குகள் நிர்ணயிக்கும். இந்த இலக்குகளுக்கு முந்தைய ஆண்டு அடைந்த வெற்றிகள் தான் அடிப்படை. கட்சி தலைமையின் வழியில் இந்த இலக்குகள் நாடு முழுவதும் மாகாண அரசுகளுக்கும் அதிகாரம் பெற்ற உள்ளாட்சி அமைப்புகளுக்கும் கொடுக்கப்படும். நகர மேயர்கள், நிறுவனத் தலைவர்கள், மாகாணத் தலைவர் என்று எந்த ஒரு மட்டத்திலும் நிர்ணயித்த இலக்குகளை அடையவில்லை, அல்லது அடையமுடியவில்லை என யாரும் சொல்லிவிட முடியாது. அப்படிச் சொல்லும் துணிவு யாருக்கும் இருக்கவும் இருக்காது.

மிகப்பெரிய அளவில் பல அமைப்புகள் நிர்ணயிக்கப்பட்டதைவிடத் தாங்கள் 'அதிகமாக' சாதித்ததாக பதிவு செய்துகொண்டிருந்தன.

கட்சி தலைமை, வளர்ச்சி விதத்தை அதிகரிக்க விரும்பும்போதும், கட்சிகாரர்களின் திறமையை மதிப்பீடு செய்கிறபோதும் இம்மாதிரி தவறான புள்ளி விபரங்கள் கொடுக்கப்பட்டன. இப்படி பல அடுக்கு களில் தகவல்கள் மிகைப்படுத்தப்பட்டதால் ஒரு கட்டத்தில் மாகாண அரசுகள் அறிவித்திருந்த வளர்ச்சி விபரங்களின் கூட்டிய மதிப்பீடு தேசத்தின் வளர்ச்சியைவிட மிக அதிகமாக இருந்தது. சீனாவின் உள்நாட்டுப் பொருளாதாரத்தைப் பற்றி மிகப்பெரிய அளவில் ஆய்வு செய்து புத்தகங்கள் எழுதியிருக்கும் கான் மற்றும் லியூ என்ற வல்லுனர்கள் இதை 'மிகப்பெரிய புள்ளியியல் மோசடி' என்கிறார்கள். வேகமாக வளரும் பொருளாதாரத்தில் இத்தகைய தவறுகள் ஓரளவு நிகழ்வது தவிர்க்க முடியாது என்பது உண்மையானாலும் இவர்களின் தவறு மிகப்பெரியது, ஆபத்தானது என வர்ணிக்கிறார்கள் இந்த ஆசிரியர்கள். இதனால் சீனா அறிவிக்கும் ஆச்சரியமான ஜிடிபி (ஒட்டு மொத்த வளர்ச்சிவிகிதம்) சந்தேகத்தை எழுப்பக்கூடிய கேள்வி களுடன் இருக்கிறது என எழுதினார்கள்.

1990களின் இறுதியில் உலக நாடுகளின் நம்பிக்கையைப் பெற முழுமூச்சுடன் இறங்கியிருந்த சீனாவின் அரசுக்கு இது ஒரு பெரிய பிரச்னையாகி விட்டது. 1998ல் சீனாவின் 94 உற்பத்திப் பிரிவுகளில் 53 வீழ்ச்சியைச் சந்தித்திருக்கிறது. வளர்ச்சி அடைந்த பிரிவுகளிலும் வளர்ச்சி விகிதம் 11% மட்டுமே. அப்படியிருக்க எப்படி ஒட்டுமொத்த வளர்ச்சி ஜிடிபி 25% ஆக இருக்கமுடியும் என்பது ஆய்வாளர்கள் எழுப்பிய முக்கிய கேள்விகளில் ஒன்று. உலக வங்கி, உலக வணிக அமைப்பு போன்றவை உண்மையான புள்ளி விபரங்களை அறிவிக்க நெருக்கடி தந்தன. 1997ல் சீனாவின் நேஷனல் பியூரோ ஆஃப் ஸ்டாடி ஸ்டிகஸ், சீனாவின் புள்ளியியலில் தவறுகள் நேர்ந்துவிட்டதாகவும் அதைச் சரிசெய்து சரியான தகவல்களை வெளியிடும் என்றும் அறிவித்தது. எவ்வளவு தவறுகள் இருந்ததாகச் சொல்லப்பட்டது தெரியுமா? 60,000 தவறுகள்! நாட்டின் 1978-95 வரை அறிவிக்கப்பட்ட வளர்ச்சிவீதங்கள் ஒவ்வொரு ஆண்டும் 2 புள்ளிகள் குறைவாக மதிப்பிடப்பட்டு அதை அரசு ஏற்க வேண்டிய நிலை உருவானது.

1998 வரை சீனாவில் வங்கிகள் என்பது ஒரு அரசு அமைப்பாக சர் சியின் விரிவாக்கமாகவே இருந்தது. நாடு முழுவதும் இயங்கிக்கொண்டி ருந்த 30,000க்கும் மேற்பட்ட அமைப்புகளை வங்கிகள் என்று சொல் வதைவிட நிதி உதவி செய்யும் நிறுவனங்கள் என்றுதான் சொல்ல

வேண்டும். அதன் செயல்பாடுகள் நம்நாட்டு கிராம விவசாய கடன் வழங்கும் கூட்டுறவு சங்கங்களுடையது போன்றது. ஆனால் நமது நாட்டிலிருப்பதுபோன்ற சட்ட திட்டங்கள் இல்லை. உள்ளூர் கம்யூனிஸ்ட் கட்சியின் கட்டுப்பாட்டில் இருந்த இந்த வங்கிகள் செய்து கொண்டிருந்த பணி விவசாயக் கடன் வழங்குவது. நாடு மெல்ல விவசாய பொருளாதாரத்திலிருந்து தொழில் பொருளாதார நிலைக்கு மாறிக் கொண்டிருந்தது. பிரம்மாண்டமான கட்டுமானப் பணிகளினாலும், சந்தையில் பொருள்கள் நேரிடை விற்பனை என்பதாலும் விவசாய மக்களிடமும் பணப்புழக்கம் அதிகரித்தது. இது மக்களின் வாங்கும் சக்தியை உயர்த்தியது. பெரிய அளவில் உற்பத் தியான அமெரிக்க நிறுவனங்களின் தயாரிப்புகள் உள்நாட்டிலும் கிடைக்கத் தொடங்கின. உற்பத்தியின் அளவை அதிகரிக்க அரசாங்கம் மக்களின் இத்தகைய போக்கை ஆதரித்தது. இதன் விளைவாக இந்த வங்கிகளாக அறியப்பட்ட சிறு நிதி நிறுவனங்கள் கடன்களை வாரிவழங்கியது.

ஆனால் அந்தக் கடன்கள் வழங்கப்பட்டதில் எந்தவொரு அடிப் படையான வங்கி பொருளாதார விதிகளும் கடைபிடிக்கப்பட வில்லை. அதைப் பற்றியெல்லாம் அந்த நிறுவனங்களின் உள்ளூர் நிர்வாகிகள் அறிந்திருக்கக்கூட இல்லை. இதனால் கடன் நிர்வாகம் என்பது இல்லாமல் போனது. ஒவ்வொரு ஆண்டும் வங்கிகளில் வாராகடன் அதிகரித்தது. வரம்புக்கு மீறிய கடன், வராத கடன்கள் இவற்றின் அளவு 50% மேல் இருந்தது. உலகின் எந்த நாட்டிலும் வங்கிகள் இந்த நிலையை அடையுமளவுக்கு அரசாங்கம் அனுமதிக் காது. வளர்ச்சி, வளர்ச்சி என்று ஒரே இலக்கை நோக்கிச் சென்று கொண்டிருந்த மத்திய தலைமை இதைப் பெரிதாகக் கண்டு கொள்ளவில்லை.

ஆனால் சர்வதேச அளவில் தன்னை நிலைநிறுத்திக்கொள்ள முயன்ற போதுதான் இந்த விளைவுகளின் தாக்கத்தை உணர்ந்தார்கள். நாட்டின் பொருளாதார வலிமைகளை மதிப்பீடு செய்து தரப்பட்டியலை நிர்ணயம் செய்யும் மூடி, ஸ்டாண்ட்பூர் போன்ற நிறுவனங்கள் சீனாவின் வங்கிகளின் வாரா கடன்களை 70% என்று மதிப்பிட்டது. இது அந்நிய முதலீடுகளை நேரடியாக பாதிக்கும் என்பதால் சீன அரசு அதிரடி நடவடிக்கைகளில் இறங்கியது. செய்த முதல் காரியம் கட்சியின் கட்டுப்பாட்டிலிருந்த வங்கிக் கிளைகள் மத்திய அரசின் கட்டுப்பாட்டில் கொண்டு வரப்பட்டன. நாட்டின் 3 பெரிய வங்கிகளின் கிளைகளாக இந்த குட்டி வங்கிகள் மாற்றப்பட்டன. கடன்வழங்கும் செயல்முறைகள் சர்வதேச விதிமுறைகளைப்

பின்பற்ற வழிவகுக்கப்பட்டது. வங்கித்துறையை சீராக்க மேற்கத்திய நாடுகளின் நிபுணர்களின் உதவிகள் நாடப்பட்டது. ஆனால் என்னதான் செய்தபோதும் இவை உடனடி பலனைத் தரவில்லை. கடன் நிர்வாகம் ஓரளவு சீரானதே தவிர வாரா கடன்களை வசூலிக்க முடியவில்லை. நிலைமை பெரும் சிக்கலாகிக்கொண்டிருந்தது.

வங்கி சீராக்கங்களினால் பெரிய வங்கிகளின் வாரா கடன் அதிகரித்து விட்டது. இதனால் சீன அரசு தனது அந்நியச் செலாவணி இருப்பி லிருந்து 60 பில்லியன் டாலர் மதிப்பீட்டில் ஒரு அசெட் மேனேஜ் மெண்ட் (கடன்களினால் உருவான சொத்துகளின் மேலாண்மை நிறுவனம்) நிறுவனத்தை உருவாக்கி அதற்கு கடன்களை மாற்றியது. இதனால் வாரா கடன்கள், வங்கியிலிருந்து இந்த மேலாண்மை நிறுவனத்துக்கு மாற்றப்பட்டது. இந்த நிறுவனங்களின் பணி கடனில் உருவான சொத்துகளை மார்க்கெட் விலையில் விற்று நிலுவையில் உள்ள கடன்களைக் குறைக்க வேண்டும். ஆனால் 8 ஆண்டுகளுக்குப் பின்னரும் கூட இந்த நிறுவனங்களால் 20% கடன்களைக்கூடக் குறைக்க முடியவில்லை. காரணம் சொத்துகள் எதுவும் இல்லை என்பதுதான். 1990களில் வங்கிக் கடன்களால் உருவாக்கப்பட்ட சொத் துக்கள் எல்லாம் புத்தகங்களில் மட்டுமே இருந்தது. சுருக்கமாகச் சொல்வதானால் நாடுமுழுவதும் கட்சி தலைவர்களால் வங்கிகளில் ஏற்பட்ட நஷ்டத்தை அரசு ஏற்றது.

உள்நாட்டுப் பொருளாதார பிரச்னைகளில் சீனா சந்தித்த மற்றொரு முக்கியமான விஷயம் அவர்களின் அந்நியச் செலவாணியில் அமெரிக்க டாலருக்கு எதிரான சீன நாணயத்தின் மதிப்பு. குறைந்த விலையில் நிலம், குறைந்த கூலியில் தொழிலாளிகள். வசதி மிக்க தொழிற்சாலைகள் போன்றவைகளுடன், அந்நிய முதலீடுகளை ஈர்க்க சீனா காட்டிய மற்றும் ஒரு கேரட் அவர்கள் நாணயமான யுவானின் மதிப்பு. திட்டமிட்டே இதை டாலருக்கு எதிராக குறைவான அளவில் வைத்திருந்தார்கள். இதனால் உற்பத்தி செலவில் முக்கிய அம்சமான தொழிலாளர் கூலி, செலவுகளை அந்நிய முதலீட்டாளர்கள் குறை வான டாலர்களில் செய்ய முடிந்தது. இதனால் உற்பத்தி செலவீனங் களை பெருமளவில் குறைக்க முடிந்தது. அதனால் சீனாவில் உற்பத்தியாகும் பொருள்களின் விலை சர்வதேச மார்க்கெட்டில் மிகக் குறைவாக இருந்தது. ஏற்றுமதி அதிகரித்தது. உலகம் சீனாவின் ஏற்று மதியாக பார்த்துக்கொண்டிருந்த எங்கள் உண்மையில் சீனாவிலிருந்து ஏற்றுமதியாகும் அந்நிய தயாரிப்புகள் மட்டுமே. சீனாவின் ஏற்று மதிக்கும், சீனாவில் தயாராகும் பொருள்களின் ஏற்றுமதிக்கும் உள்ள வேறுபாடுகளை பலர் அறிந்திருக்கவில்லை.

இம்மாதிரி உண்மையான நாணைய மதிப்பைத் தெரிவிக்காமல், அரசாங்கம் கட்டுப்பாடு செய்யும் முறை இந்தியா உள்பட பல நாடுகளில் இருந்தது. ஆனால் அந்நிய முதலீடுகளை வரவேற்கும் வகையில் பொருளாதாரக் கொள்கைகள் மாறும்போது முதலில் செய்யப்படுவது சர்வ தேச சந்தைக்கேற்ப மாறும் அந்நியச் செலா வணி மதிப்பு என்பது தான் ஆனால் இன்று வரை இதை சீனா செய்ய மறுக்கிறது. சர்வதேச நிதி அமைப்பு, உலக வங்கி போன்ற அமைப்புகள் வலியுறுத்தியும் சீனா இதைச் செய்யத் தயாராக இல்லை. இம்மாதிரி பலவீனமான நாணயக் கொள்கையை IMFன் தலைவர் டாமின்க் ஸ்ட்ராஸ் கடுமையாக விமர்சித்திருக்கிறார். நாணயத்தின் தவறான விலை தவறான முடிவுகளை நோக்கி இட்டுச் செல்லும். நீண்டகால அளவில் முதலீடுகள் பாதிக்கப்படும் என்று தனது அறிக் கையில் சொல்லியிருக்கிறார். ஆனால் சீனாவின் அரசியல் நிர்வாகம் அசைவதாக இல்லை.

அளவுக்கு அதிகமான முதலீடுகள் உள்நாட்டு பொருளாதாரத்தைப் பாதிக்கும். அந்நியச் செலாவணி மதிப்பில் அரசு கட்டுப்பாட்டில் இருந்தால் விளைவுகள் எதிர்மறையாக இருக்கும். பல பெரிய நகரங் களை ஒரே நேரத்தில் எழுப்புவது மக்களுக்குச் சுமையாகிவிடும் என்று காலம் காலமாகச் சொல்லப்பட்டு வந்த பொருளாதாரக் கோட் பாடுகளையும் விதிகளையும் சீனா உடைத்துக் கொண்டிருக்கிறது. அலை அலையாக அந்நிய முதலீடு, அதன் மூலம் உற்பத்தி, வேலை வாய்ப்பு, பிரம்மாண்ட கட்டமைப்புகளால் குறைவான செலவில் அதிக உற்பத்தி என்று ஒரு புதிய பொருளாதாரக் கோட்பாடுகளையும் கொள்கைகளையும் சீனா உருவாக்குகிறது. இதன் விளைவுகள்தான் இன்று உலக பொருளாதார ஆய்வாளர்கள் விடுவிக்க முயலும் புதிர்.

சீனாவின் கட்டுக்கோப்பான அரசியல் அமைப்பில் தொடரும் தலைவர்கள் இதற்கு சொல்லும் பதில் 'பிரச்னைகளும் தெரியும்; அதற்கான தீர்வுகளும் தெரியும்' என்பதுதான்

ஒரே நேரத்தில் உள்நாட்டு, வெளிநாட்டு பொருளாதாரங்களில் எழுந்த பிரச்னைகளைப் போர் தந்திரங்கள் நன்கு அறிந்த தேர்ந்த தலை வனைப் போல சீன அரசு வெற்றிகரமாக சமாளிக்கிறது.

ஆனால் இந்த வெற்றிகளுக்கு சீனா தந்த விலை என்ன தெரியுமா?

11

வெற்றிகளுக்குக் கொடுத்த விலை

'எந்த வெற்றிக்கும் ஒரு விலை உண்டு' எனச் சொல்லப்படுவது உண்டு. அந்த விலை பெற்ற வெற்றியின் அளவைக் கொண்டு அந்த விலை அதிகமானதா, நியாயமானதா என்று மதிப்பிடப்படும். ஆனால் சீன தன் வெற்றிகளுக்கு விலையாகக் கொடுத்ததை எளிதில் மதிப் பிட்டுவிடமுடியாது. பல முகங்களையும். பல்வேறு பரிமாணங்களும் கொண்ட இந்த 'விலை'யைப் பற்றி உலக பொருளாதார வல்லுனர் களிடையே ஒத்த கருத்து இல்லை.

கொடுத்த விலையை மதிப்பிடும்முன் கடந்த 30 ஆண்டுகளில் சீனா சாதித்த சில வெற்றிகளைப் பார்ப்போம்.

* 40 கோடி மக்களை வறுமையிலிருந்து மீட்டது.

* தனி நபர் வருமானம் 11 மடங்கு உயர்ந்தது.

* உலகத்தர கட்டுமானங்களை மிகப் பெரிய முதலீடுகளில் உருவாக்கியது.

* உலக மொத்த சிமெண்ட் உற்பத்தியில் 50 சதவிகிதத்தையும் எஃகில் 35 சதவிகிதத்தையும் அலுமினியத்தில் 25 சதவிகிதத்தையும் வாங்கிக்கொண்டிருக்கிறது.

* 700 மைல் தூரத்தை 5 மணி நேரத்தில் கடக்கக்கூடிய அதிவேக ரயில்களை துவக்கியது.

* 2009லிருந்து இன்றுவரை அதிக கார்களை வாங்குகிறது.

- ஒரே ஆண்டில்105 கி.வாட் மின் உற்பத்தியை அதிகரித்தது.

- 2020க்குள் 50 புதிய அணுமின் உலைகளை நிறுவ திட்டமிட்டிருக்கிறது.

- உலக நாடுகளின் அந்நிய முதலீடுகளில் 50% க்கும் மேல் ஈர்த்தது.

இந்த வெற்றிகளுக்கு சீனா தந்த விலை என்ன என்பதை ஆராயும் முன் சீன அரசு, ' இவற்றுக்கு மக்கள் எந்த விலைகளையும் கொடுக்க வில்லை. வேகமாக வளரும் ஒரு நாடு சந்திக்கும் பிரச்னைகளைத்தான் நாங்கள் சந்தித்திருக்கிறோம்' என்று சொல்வதையும் கவனத்தில் கொள்ள வேண்டும். 'எங்களது வளர்ச்சிப் பாதையில் சில வீழ்ச்சிகளை, சில புயல்களைச் சந்தித்திருக்கிறோம். ஆனால் அவற்றை விலையாகக் கருதக்கூடாது. ஆனால் அந்நிய முதலீடு களினால் மக்களைப் பாதிக்கும் மோசமான விளைவுகள் எதுவும் மேற்கத்திய மீடியா சுட்டிக் காட்டுவதுபோல ஏற்பட்டு விடவில்லை என அரசு அதிகாரபூர்வமாகவே அறிவித்துவிட்டது.

இத்தகைய அறிவிப்புக்கு முக்கிய காரணம் அந்த ஆண்டு (2009) நியூஸ் வீக் பத்திரிகை 'நீங்கள் சீனாவைப் புரிந்துகொண்ட விஷயங்கள் எல்லாமே தவறானது' என்ற கவர்ஸ்டோரியைத் தலைகீழாக போடப் பட்ட மாசேதுங்கின் அட்டைப்படத்துடன் வெளியிட்டிருந்தது. அதில் 'கட்டுக்கதைகள்' என்ற தலைப்பில் ஒரு பெரிய கட்டுரை வெளி யாகியிருந்தது. அதில் முதலீடு செய்யும் தனியார் நிறுவனங்களின் பாது காப்பின்மை, அரசின் குறுக்கீடுகள் என்பது போன்ற பல விஷயங்கள் பேசப்பட்டிருந்தன. பொதுவாக இம்மாதிரி மீடியாவின் குரல்களுக்கு சீன நிர்வாகம் எந்த பதிலும் சொல்லாது. இன்னும் சொல்லப் போனால் அவற்றை நிராகரித்துக்கூட அறிக்கைகள் கொடுக்க மாட்டார்கள். ஆனால் முதல் முறையாக மேலே பார்த்த அறிக்கையை வெளியிட்டது.

எது உண்மையான நிலை?

பொதுவுடைமைக் கொள்கையிலிருந்து மெல்லத் தடம்புரண்டு முதலாளித்துவப் பாதைக்கு மாறியதன் முதல் கட்டமாக மாகாண, நகர்மன்றங்களுக்கு அதிக அதிகாரம் பரவலாக்கப்பட்டது. எல்லாமே கட்சியின் மத்திய கமிட்டிகள் முடிவுசெய்யும் என்பதிலிருந்து அது வெளியிட்டிருக்கும் வழிகாட்டுதலின் பேரில் உள்ளூர் நகர் மன்ற மேயர்கள், மாகாண கவர்னர்கள் முடிவு செய்வார்கள் என்ற முறை

அறிமுகமாயிற்று. இங்கிருந்துதான் உள்நாட்டு பொருளாதாரப் பிரச்னைகள் தோன்ற ஆரம்பித்தன.

முதலீடு செய்பவர்களுக்கு வழங்கும் உபரி நிலங்கள் மாகாண கவர்னர், மாநகர மேயர் போன்றவர்களின் கையில் வந்தவுடன் 'தங்கள் மாநில வளர்ச்சிக்காக, தங்கள் மாநகர வளர்ச்சிக்காக' என வியாபார நோக் கோடு நிலங்களை விற்க ஆரம்பித்தார்கள். இதற்காக விவசாயிகளை இடம்பெறச் செய்தார்கள். உள்ளூர் உற்பத்தி என்பதற்கு அவர் களுக்குத் தேவைப்பட்டவர்கள் தொழிலாளர்கள். தொழிலாளர்களாக மாறமுடியாத விவசாயிகள் வெளியேற்றப்பட்டார்கள். இப்படி நிலத்தையும் இழந்து தொழிலாளியாகவும் வேலை செய்ய முடியாமல் வெளியேற்றப்பட்டவர்களில் பலர் வயதானவர்கள். 20- 30 ஆண்டுகள் சொந்த நிலமாகக் கருதி உழைத்தவர்களின் உணர்ச்சிகளுக்கு மதிப் பளிக்கப்படவில்லை. குடும்பங்கள் பிரிக்கப்பட்டன. கலாசாரப் புரட்சியின்போது நகரங்களிலிருந்து கிராமங்களுக்கு விரட்டப்பட்ட மக்கள் இப்போது உருவாகும் புதிய நகரங்களுக்கு நகர்த்தப் பட்டார்கள். சீனாவில் ஒரு பகுதியில் வசிப்பவர்கள் நாட்டின் மற் றொரு பகுதிக்கு வசிப்பதற்காகச் செல்ல வேண்டுமானால் அரசாங் கத்திடம் அனுமதி பெற வேண்டும். இந்த பாஸ்போர்ட்டுக்கு 'ஹஉக்கூ' என்று பெயர்.

இப்போது இந்த அனுமதி மக்கள் கேட்காமலேயே வழங்கப்பட்டு அவர்கள் வாழும் இடம் மாற்றப்பட்டது. குவாங்டன் என்ற ஒரு மாநிலத்தில் மட்டும் வெளியேற்றப்பட்டவர்கள் 30,000 பேர்கள் என்கிறது சீன அரசின் அதிகார பூர்வ அறிவிப்பு. 2050க்குள் 200 மில்லியன் மக்கள் நகரங்களுக்கு புலம் பெயர்வார்கள் என்று சீன அரசாங்கமே அறிவித்திருக்கிறது. நாட்டு மக்கள் சொந்த நாட்டி லேயே அகதிகளாகிக் கொண்டிருக்கிறார்கள்.

புதிதாக நிர்மாணிக்கப்படும் நகரங்களில் பலவிதமான வேலைகள் இருந்தன. ஆனால் புலம்பெயர்ந்த மக்கள் அனைவரிடமும் அதற்கான பணித்திறன் இல்லை. இதனால் வேலைகளை அறிந்து கொள்ளும் கட்டாயப் பயிற்சி என்ற திட்டம் அறிமுகப்படுத்தப்பட்டு, வயது வித்தியாசம் இல்லாமல் பலர் புதிய வேலைகளையும் தொழில் களையும் கற்கவேண்டிய சூழல் உருவானது. இதன் விளைவுதான் ஆரம்ப காலங்களில் புதிய தொழிற்சாலைகளில் உற்பத்தித் திறனும் உற்பத்தியான பொருளின் தரமும் ஒரே சீராக இல்லை என்ற நிலை எழுந்தது. இப்போது மாறி வருகிறது. ஆனால் முழுவதும் சீராக வில்லை. சீனாவின் தொழிலாளர்கள் திறமையானவர்கள், கட்டுப் பாடானவர்கள். இவர்கள் கசக்கிப் பிழியப்பட்டார்கள். ஒரு சீனத்

தொழிலாளியின் 8 மணி நேர உழைப்பு உலகின் மற்ற நாடுகளில் 12 மணிநேர உழைப்புக்கு நிகரானது. தங்கள் உழைப்பு சுரண்டப்பட்டுக் கொண்டிருக்கிறது என்பதே அவர்களுக்குத் தெரியாது.

நாட்டின் தொடர் வளர்ச்சி என்ற ஒரே குறிக்கோளுடன், முதலீட்டா ளர்களுக்கு நிலம், கட்டடம், மின்வசதி, போன்ற அத்தனை கட்ட மைப்புகளும் அளித்து வரவேற்ற சீனாவுக்கு பன்னாட்டு நிறுவனங்கள் அளித்த பரிசு என்ன தெரியுமா? 'லஞ்சம்' என்ற முறையைத்தான். இந்தப் பன்னாட்டு நிறுவனங்கள் தங்கள் லாபத்தை, முதலீட்டின் மதிப்பை பெருக்கிக்கொள்ள உலகெங்கும் பயன்படுத்திய ஆயுதமான 'லஞ்சம் கொடுப்பதை' சீனாவில் அவசியம் இல்லாதபோதும் பயன் படுத்தினர். நிறுவனங்களுக்கிடையே இருந்த போட்டிகளினால் எல்லா நிறுவனங்களும் இதைச் செய்ய ஆரம்பித்தன. நகர, மாநகர, மாகாண மத்திய நிர்வாகங்களில் வேகமாக பரவ ஆரம்பித்தது இந்த விஷ ஜூரம். டெங்கின் காலத்தில் அதிகார பரவலாக்கம் தொடங்கிய போது மாகாண நிர்வாக அதிகாரங்கள் வழங்கப்பட்ட போது இது தொடங்கியிருக்கிறது.

கட்சி நிர்வாகிகள் மெல்ல பணக்காரர்களாகிக் கொண்டிருந்தார்கள். தொண்டர்களின் பொருளாதார நிலையும் உயர்ந்து கொண்டிருந்தது. இதை 'கேடர் கேப்பிடலிஸம்' என எழுதுகிறார் சாஸ் பிரிமேன். இவர் சீனாவில் அமெரிக்க தூதரகத்தில் பணிபுரிந்து பின்னாளில் சவுதி அரேபியாவின் அமெரிக்க தூதரானவர்.

லஞ்சம் இன்று சீன தேசம் முழுவதும் பாய்ந்தோடும் ஒரு நதியைப் போல பரவி இருக்கிறது. ராணுவம் உள்பட எல்லாத் துறைகளிலும் பரவியிருக்கும் ஊழல் வெறும் பணம் சம்பந்தப்பட்டது மட்டு மில்லை. அனுமதிக்கப்பட்ட வெளிநாட்டு பெரிய நிறுவனங்களில் அதிகாரிகளின் உறவினர்களுக்கு பெரிய பதவி, அலுவலகத்துக்கு வராமலேயே பெரிய அளவில் சம்பளம் பெரும் ஆலோசகர் பதவி, கம்பெனியின் பங்குகள் எனப் பல வடிவங்களில் ஊழல் பெருகிக் கொண்டிருக்கிறது. சூழல் மாசு அதிகமாகிக் கொண்டிருக்கும் சீனா வில் மிகச் சுத்தமான காற்று, நீர் வசதிகொண்ட ஆற்றோர ஆடம்பர மாளிகைகள் அரசாங்க அதிகாரிகளுக்கும் பணக்காரர்களுக்கும் மட்டும் என்று ஒதுக்கப்பட்டிருக்கிறது.

'சீனாவில் ஊழல் என்பது அரசு இயந்திரத்தைச் சீராக ஓடவைப் பதற்குப் போடும் எண்ணெய் மாதிரி. அமெரிக்காவில் பொருளாதார வளர்ச்சி அலை எழுந்தபோதும் இது இருந்தது. ஆனால் ஆப்பிரிக் காவிலிருப்பதுபோல எதுவுமே மக்களுக்குப் போய்ச்சேராமல்

செய்வதில்லை. லஞ்சமும் ஊழலும் இருந்தாலும் அதிகாரிகளும் தொழில்முனைவர்களும் சுறுசுறுப்பாக புத்திசாலித்தனமாக உழைக் கின்றனர்.' என்று எழுதுகிறார் ஆர்தர்க்ரோபர். இவர் பைனான்ஷியல் டைம்ஸின் சீன செய்தியாளர். டிரான்ஸ்பரன்ஸி இண்டர்நேஷனல் அமைப்பின் ஊழல் நாடுகளின் பட்டியலில் சீனா 126 வது இடத்தைப் பெற்றிருக்கிறது. 1992-2001களில் ஊழல் குற்றங்களுக்காகத் தண்டிக் கப்பட்டவர்களின் எண்ணிக்கை அதன் முந்திய காலத்தைவிட 4 மடங்கு அதிகம். இதைச் சொல்வது சீன அரசின் தணிக்கை அறிக்கை,

2013ல் பதவி ஏற்ற அதிபர் ஜி ஜின்பிங் அறிவித்த முதல் அறிவிப்பு நாட்டின் ஊழலுக்கு எதிரான போர். 'நாம் ஊழலை ஒழிக்காவிட்டால் அது நம்மை ஒழித்துவிடும்' என்று கட்சி மாநாட்டில் பகிரங்கமாக அறிவித்தார். கட்சி அதிகாரிகள் ஊழல்களில் ஈடுபடுவதை நிறுத்தா விட்டால் கடுமையாக தண்டிக்கப்படுவார்கள் எனவும் அறிவித்தார். சொன்னபடியே செய்யவும் ஆரம்பித்திருக்கிறார். இந்த ஆண்டில் (2014) மட்டும் இதுவரை ஊழல் குற்றங்களுக்காக 1400 பேர் தண்டிக் கப்பட்டிருக்கிறார்கள். இதில் முன்னாள் மூத்த அதிகாரி, அமைச்சரின் மனைவி, ராணுவ தளபதியின் மகன் போன்ற பலர் அடக்கம். 1,60,000 பேர் வேலை செய்யாமல் சம்பளம் பெற்றுக் கொண்டிருப்பது கண்டு பிடிக்கப்பட்டு, தண்டிக்கப்பட்டிருக்கின்றனர் என நாட்டின் அதிபரே அறிவிக்கிறார். அந்த அளவுக்கு ஊழல் மலிந்து போயிருக்கிறது. வலிமை மிகுந்த பொலிட்பீரோவில் உறுப்பினராக இருந்த ஒரு செயலாளரின் மனைவி, லஞ்சம், கொலை போன்ற குற்றங்களுக்காகத் தண்டிக்கப்பட்டிருக்கிறார். (இவர் பற்றி ஒரு புத்தகமே வந்திருக் கிறது.) சீனாவில் தண்டனைகள் வழங்கப்பட்டால் அது நீதிமன்றங் களுக்கு வெளியே பேசப்படுவதில்லை. ஆனால் 2013-14களில் வழங் கப்பட்ட எல்லா தண்டனைகளையும் சர்வ தேச மீடியாவில் வெளி வரச்செய்கிறார் ஜி ஜின்பிங். இது மற்றவர்களுக்குத் தரப்படும் எச்சரிக் கையாக இருக்கும் என நினைக்கிறார் போலும்.

இந்தமுயற்சிகளினால் மட்டும் லஞ்ச ஊழலை ஒழிக்க முடியாது என்பதை நன்கு அறிந்திருக்கும் இந்த அதிபர், இப்போது அதன் ஆணிவேரை அசைக்க ஆரம்பித்திருக்கிறார். முதல்முறையாக லஞ்சம் அளிக்கும் அல்லது அளிக்க முயற்சிக்கும் வெளிநாட்டு நிறுவனங் களின் அதிகாரிகள் தண்டிக்கப்பட்டிருக்கிறார்கள். GSK என்ற இங்கி லாந்தின் மருந்து தயாரிக்கும் நிறுவனத்துக்கு 3 மில்லியன் பவுண்டுகள் அபராதமும், அதன் சீன தலைமை அதிகாரிக்கு சிறை தண்டனையும் வழங்கப்பட்டிருக்கிறது. இது தொடர்ந்தால் கணிசமான அளவில் ஊழல் குறையும் என நம்புகிறார்கள். இன்னும் இரண்டாண்டு

பொறுத்திருந்து பார்க்கவேண்டிய விஷயம் இது என மேற்கத்திய மீடியாக்கள் எழுதுகின்றன.

இந்த லஞ்ச ஊழல்கள் மட்டும் வளர்ச்சிக்கு சீனா தந்த விலையில்லை. அந்நிய முதலீடுகளை ஈர்க்க அவர்கள் அறிமுகப்படுத்திய திட்டங் களில் பல உள்நாட்டு பொருளாதாரத்தைப் பெரிதும் பாதித்தன. இன்று சீனா உலகின் ஏற்றுமதி செய்யும் நாடுகளில் இரண்டாவது இடத் தைப்பெற்றிருக்கிறது. ஆனால் அந்த ஏற்றுமதி எண்ணிக்கையில் சீனாவிலிருந்து ஏற்றுமதியாகும் அந்நிய நிறுவனங்களின் எண்ணிக் கையும் அடங்கும். இந்த நிறுவனங்கள் 100% மூலப் பொருள்களையும் கணிசமான சலுகைகளில் இறக்குமதி செய்து அதை இங்குள்ள தொழிற்சாலைகளில் குறைந்த தொழிலாளர்கள் கூலியில் ஒருங் கிணைத்து அதன் மூலம் அடக்க விலையைக் குறைத்து ஏற்றுமதி செய் கிறார்கள். இதன் மூலம் ஏற்றுமதி கணக்குகளில் எண்ணிக்கை உயருகிறதே தவிர நாட்டின் உண்மையான உற்பத்தி அதிகரிக்க வில்லை. கடந்த 20 ஆண்டுகளில் சீனாவில் கண்டுபிடிக்கப்பட்டு அல்லது உருவாக்கப்பட்டு சர்வ தேச சந்தையில் விற்கப்பட்ட பொருள்கள் மிக மிகக் குறைவு. சீனர்களுக்கு இயல்பாகவே கண்டு பிடிப்புத் திறனும், உற்பத்தித் திறனும் அதிகம். ஆனால் அரசு அதை ஊக்குவிக்காமல் அவர்களை வெறும் இறக்குமதி செய்யப்பட்டு மூலப்பொருள்களின் அடிப்படையில் மதிப்பு கூட்டல் செய்யும் தொழிலாளிகளாகவே நடத்துகிறது. இது வருங்காலங்களில் உள் நாட்டு மக்களின் திறன்களை அழித்துவிடும் என்ற நிலை எழுந்து கொண்டிருக்கிறது.

அடுத்தது மிக அதிக அளவில் கட்டுமானப் பணிகளை மேற்கொண் டிருக்கிறது. வேலைகள் கொடுக்க வேண்டும் என்பதற்காக, எப் படியும் பயன்படும் என்ற ரீதியில் மிகப்பெரிய கட்டுமானங்கள் எழுந்து கொண்டிருக்கின்றன. இதற்குத் தேவையான பொருள்கள் வாங்கிக் குவிக்கப்படுகின்றன. இதனால் பெருமளவில் நிதி வசதிகள் முடக் கப்பட்டிருக்கின்றன. மாநகர் மேயர்களுக்கு நேரடியாக பன்னாட்டு நிறுவனங்களை அவர்கள் நகரில் முதலீடு செய்ய அழைக்கும் அதிகா ரங்கள் வழங்கப்பட்டிருந்ததால், நகரங்களுக்கிடையே மிகப்பெரிய போட்டிகள் ஏற்பட்டது. இது உள்நாட்டுப் பொருளாதாரத்தைப் பாதிக்கும் விஷயமாக வளர்ந்து நிற்கிறது.

உதாரணமாக ஷாங்காய் நகரத்தை நியூ யார்க்கைவிட பிரம்மாண்ட மானதாக, நவீனமாக நிர்மாணித்து, அதிக அந்நிய முதலீடுகளைப் பெறுவதைத் தன் கனவாக அறிவித்தார் அதன் மேயர். அந்த நகரில் ஒரு செயற்கை கடற்கரையை அமைக்க 1,28,000 டன் கடற்கரை மணல்

கொண்டுவரப்பட்டு ஒரு கடற்கரை உருவாக்கப்பட்டது. அவருக்கு டென்னிசும், கார் ரேசும் பிடிக்கும் என்பதால், முதலீட்டாளர்களைக் கவர என்று சொல்லி உலகத் தரத்தில் பல மில்லியன் டாலர் செலவில் ரேஸ் டிராக்குகள், டென்னிஸ் கோர்ட்கள் உருவாக்கப்பட்டன. இந்த ஆடம்பரங்களில் லஞ்சம் புகுந்து விளையாடியது. இப்போது இவரும் தண்டிக்கப்பட்டு சிறையில் இருக்கிறார்.

முதலீடு செய்யும் அந்நிய நிறுவனங்களுக்குக் குறைவான விலையில் இறக்குமதிகளை ஊக்குவிக்க சீனா காட்டிக்கொண்டிருக்கும் மற்றொரு கேரட் அவர்கள் நாட்டின் மாறாத நாணய மதிப்பு. ஒரு திறந்த சந்தைப் பொருளாதார நிலையைப் பின்பற்றும் நாடுகளில் அந்த நாட்டின் நாணயமதிப்பு அதன் சர்வதேச வணிகத்தைப்பொறுத்த விஷயம். உலகப் பொருளாதாரத்தின் வளர்ச்சியும் வீழ்ச்சியும் அதை பாதிக்கும். ஆனால் சீன அரசு அதற்கு இடம் கொடுக்காமல், தங்கள் நாணய மதிப்பை அரசு இயந்திரத்தின்மூலம் கட்டுப்பாட்டுக் குள்ளேயே வைத்திருக்கிறார்கள். இதனால் இறக்குமதியாளர் களுக்கும் முதலீட்டாளர்களுக்கும் எளிதாக, உற்பத்தி செலவில் பெரும் லாபம் கிடைக்கிறது. இம்மாதிரி நிலைகளை உற்பத்தி செய்யும் நாடுகள் எல்லாம் எடுத்தால் அது நாடுகளுக்கிடையே ஆரோக்கியமில்லாத ஒரு போட்டி நிலையை உருவாக்கிவிடும் என்பதால், IMF, WTO போன்ற அமைப்புகள் பல விதிகளை உருவாக் கியிருக்கின்றன. ஆனால் சீனா அவற்றை ஏற்க மறுக்கிறது. 'நீங்கள் மேற்கொள்ளும் இந்தமுறையானது தொலைநோக்கில் உங்கள் உள்நாட்டு பொருளாதாரத்தைச் சீரழித்துவிடும்' என IMF, WTO எச்சரிக் கைகளையும் செய்திருக்கிறது. ஆனால் சீன அரசு 'எல்லாம் எங்களுக்குத் தெரியும்' என்ற ரீதியில் இயங்கிக்கொண்டிருக்கிறது.

இதில் ஆச்சரியம் என்னவென்றால் நாட்டின் மத்திய வங்கியின் அறிவுறுத்தலையும் ஆளுவோர் கேட்பதில்லை என வெளியாகி யிருக்கும் செய்திகள்தான். வரும் ஆண்டில் வளர்ச்சி வீதம் 7 சதவிகிதம் ஆகிவிடும் என்பதால் சீன மத்திய வங்கி சில்க்டும் நடவடிக்கைகளை 2014 ஆகஸ்ட்டில் அறிவித்தது. அதிபருக்கு அதில் விருப்பம் இல்லாத தால் வங்கியின் கவர்னர், 'சூ சீயோச்சுவான் (Zhou Xiaochuan) விரை வில் ஓய்வு பெறுவதாக அறிவித்துவிட்டார். இந்தப் பனிப்போருக்குப் பின் இருப்பது அமெயிக்க நிறுவனங்கள்தான். அவர்கள்தான் இப் போது இருக்கும் முறையில் அதிக பலன் பெறுகிறார்கள் என்பதால் அமெரிக்கா இந்த நிலை தொடர்வதையே விரும்புகிறது, என்று உலகின் பெரிய பொருளாதாரப் பத்திரிகைகளான லண்டன் பினான் ஷியல் டைம்ஸ், ஃபார்ச்சூன் போன்றவைகள் எழுதுகின்றன.

எல்லாவற்றுக்கும் மேலாக கொடுக்கப்பட்ட விலை தனிமனித சுதந்
தரம். அமெரிக்க நுகர்வோர் கலாசாரம் மிகுந்திருந்தாலும், உலகப்
பொருள்கள் எல்லாம் சீனாவில் கிடைத்தாலும், உலகின் பிறநாட்டினர்
வாழ, பணிசெய்ய அனுமதிக்கப்பட்டாலும் தனி மனித சுதந்தரம்
இன்னும் முழு அளவில் இல்லை. மக்கள் என்ன செய்யவேண்டும்
என்பதை இன்னமும் அரசாங்கம்தான் தீர்மானிக்கிறது. எந்தச் செய்தி
மக்களை அடைய வேண்டும் எது அடையக் கூடாது என்பதில் கவன
மாக இருக்கிறது. 'தலாய் லாமாவுக்கு நோபல் பரிசு கிடைத்த விபரம்
தன் மாணவர்களுக்கு 2002ல் நான் சொல்லும்வரை தெரிந்திருக்க
வில்லை' என எழுதுகிறார் பல்லவி அய்யர். இவர் சீன செய்தி
தொடர்பு கல்லூரியில் பணியாற்றிய ஆசிரியர்.

உலகிலேயே அதிக அளவில் இண்டர்நெட் இணைப்புகள் இருப்பது
சீனாவில்தான். ஆனால் சமூகத்தளங்கள் கடுமையாகக் கண்காணிக்
கப்பட்டு முடக்கப்படுவதும் அங்கேதான். இவ்வளவு ஏன் கடந்த சில
ஆண்டுகளுக்கு முன் அமெரிக்க அதிபர் ஒபாமாவின் சீனப் பயணத்தில்
ஷாங்காய் நகரில் ஒரு கூட்டத்தில் 'கட்டுப்பாடற்ற இண்டர்நெட் வசதி
புதிய சுதந்தர உலகை நிர்மாணிக்க உதவப்போகிறது' என்று
பேசினார். இதை சீன மக்கள் இண்டர்நெட்டில் பார்க்க முடிய
வில்லை. உள்ளூர் டிவி மட்டும் காட்டிய லோக்கல் செய்தியாக இது
இருந்தது. வெளிநாட்டுப் பத்திரிகையாளருக்கு அனுமதி உண்டு.
ஆனால் அவர்கள் பார்க்கவேண்டிய விஷயங்களை அரசுதான்
தீர்மானிக்கிறது.

இவ்வளவு கடுமையான விலைகளைக் கொடுத்து சீனா அடைந்த
வெற்றி என்ன? உலகப் பொருளாதாரத்தில் சீனா முக்கிய இடத்தைப்
பெறவேண்டும் என்பதுதான். அதை அடைந்துவிட்டார்கள் என்பது
தான் உண்மை. அடைந்த வந்த வெற்றிப் பாதைகள், அனைத்தையும்
நியாயப்படுத்திவிடும் என்று சொல்லப்படுவதை சீனர்கள் நிரூபித்துக்
கொண்டிருக்கிறார்கள். உலக பொருளாதாரத்தில் 6 வது இடத்தில்
இருந்த சீனா இன்று ஜப்பானையும் புறந்தள்ளி இரண்டாவது
இடத்துக்கு வந்திருக்கிறார்கள். இப்போது இவர்கள் இலக்கு உலகின்
முதலிடத்திலிருக்கும் அமெரிக்காவை வீழ்த்தி அந்த இடத்தைப்
பிடிப்பது.

சரி, இதை அமெரிக்கா எப்படிப் பார்க்கிறது?

12

சீனாவும் அமெரிக்காவும் ஆடும் சதுரங்கம்

இரண்டு தேர்ந்த சதுரங்க ஆட்டக்காரர்கள் ஒரு போட்டியில் எப்படி விளையாடுவார்கள்? அதைத்தான் இப்போது இந்த இரு நாடுகளும் செய்து கொண்டிருக்கின்றன. இருவருமே எதிராளியை வெல்வது, இயலாவிட்டால் எப்படியும் டிரா செய்து விடவேண்டும் என்ற குறிக் கோளுடன் அடுத்த காய் நகர்த்தலைத் தொலைநோக்குடன் செய் வார்கள். சிலசமயங்களில் எதிராளிக்கு ஆச்சரியத்தையும், அதிர்ச் சியையும் கொடுத்துக் கொண்டு இருப்பவர்கள், அடுத்த ஆட்டம் தொடங்கும் முன் கைகுலுக்கிக் கொள்வார்கள். இதைத்தான் சீனாவும் அமெரிக்காவும் இப்போது செய்துகொண்டிருக்கிறார்கள். முடிவே இல்லாமல் இந்த ஆட்டம் தொடர்ந்து கொண்டிருக்கிறது.

அமெரிக்க - சீன உறவு பிறந்ததே 'இவர்களை நாம் நன்கு பயன் படுத்திக்கொள்வதைத் தவற விட்டுவிடக்கூடாது' என்கிற இரு நாடுகளின் பரஸ்பர ராஜதந்திர கொள்கையின் விளைவுதான். 1970களுக்கு முன் அமெரிக்கா சீனாவை ஒரு வளரும் கம்யூனிச சக்தியாக பார்த்தது. உலகை அந்தத் தீய கொள்கைகளிலிருந்து காப் பாற்ற வேண்டிய பொறுப்பு தனக்கு இருப்பதாகக் கருதிக்கொண்டு அதற்கான செயல்பாடுகளைக் கொண்டிருந்தது. அதன் விளைவாக சீனாவில் கம்யூனிசம் பிறந்தபோது போரிட்டுப் பிரிந்த, சியாங்கை ஷேக் நிர்வாகத்தில் இருந்த தைவான் நாட்டை சீனாவாக அங்கீகரித்து உதவிகள் செய்து கொண்டிருந்தது.

இந்த நிலையில் 70களின் இறுதியில் 80களின் தொடக்கத்தில் சோவியத்து யூனியன் உடையப் போவதற்கான அடையாளங்கள் தெரிய ஆரம்பித்தவுடன் அந்த நிலை ஏற்பட்டால் உலகின் மிகப்பெரிய கம்யூனிச சக்தியாக சீனா வளர்ந்துவிடும் என கணித்த அமெரிக்கா

அதைத் தவிர்க்க சீனாவுடன் உறவுகளை வளர்க்க முடிவெடுத்தது. மிகப்பெரிய அளவில் உலகில் உலகமயமாக்கல் அலை எழுந்து கொண்டிருந்த நேரம் அது. கம்யூனிச கொள்கைகள் தோற்றுக்கொண் டிருந்த சீனாவில் மக்களையும் நாட்டையும் காப்பாற்ற புதிய பாதையை நோக்கி பயணிக்க திட்டமிட்டுக்கொண்டிருந்தது அரசு. இதை ஒரு நல்வாய்ப்பாக பயன்படுத்தி உலகில் கம்யூனிசத்தை ஒழிக்க அமெரிக்காவும், புதிய பொருளாதாரக் கொள்கைகளினால் அமெரிக்க மார்க்கெட்டை தன் வசப்படுத்த சீனாவும் தீர்மானித்தது. இப்படித்தான் இரு நாடுகளும். காய்களை நகர்த்த ஆரம்பித்தன. அன்று தொடங்கிய சதுரங்க ஆட்டம் இன்னமும் தொடர்கிறது.

முதல் கட்டமாக சீனாவை உலக அரங்குக்குள் அழைத்துவர அமெரிக்கா சீனாவின் இரும்புத்திரையை விலக்கி உள்ளே நுழைந்தது. அப்போது அமெரிக்க அதிபராக இருந்தவர் ரிச்சர்ட் நிக்ஸன். இவரது வெளியுறவு அமைச்சர் ஹென்றி கிஸிங்கர். இன்றளவும் உலகின் மிக சாமர்த்தியமான ராஜதந்திரிகளில் ஒருவராக மதிக்கப்படும் புத்திசாலி. எவரையும் பேசி சமாளிக்கக்கூடிய ஆற்றல் பெற்றவர். இவரது தொடர்ந்த பேச்சு களுக்குப் பின் ஒரு ஒப்பந்தம் கையெழுத்தாகியது. அதன்படி அன்று வரை தைவானை தனிநாடாக மதித்துக்கொண்டிருந்த கொள்கையைக் கைகழுவிவிட்டு, அது சீனாவின் ஆளுகைக்குள்ளான ஒரு பகுதி என் பதைக் கொள்கை ரீதியாக அங்கீகரிப்பதாக அதிபர் நிக்ஸன் அறிவித்தார். இந்த விலையைக் கொடுத்து அமெரிக்கா பெற்றது சீனாவின் பொருளா தாரத்துக்குள், உலகின் மிகப்பெரிய உற்பத்தி சாலையில் தங்கள் நாட்டு பொருள்களுக்கான உற்பத்தி வாய்ப்பு. இரண்டு நாடுகளுமே தாங்கள் வெற்றி பெற்றதாக உணர்ந்தன. இன்று சீனா ஒரு பெரிய பொருளாதார பலம்பெற்ற நாடாக வளர உதவியது இந்த அடித்தளம்தான்.

ஆனால் அன்று அமெரிக்கா, வெறும் 30 ஆண்டுகளில் தங்கள் பொருளா தார நிலையையே மிரட்டும் அளவுக்கு அதிரடியாக சீனா இப்படி அசுர வளர்ச்சி அடையும் என நினைத்துப் பார்க்கவில்லை. தங்கள் நாட்டின் உற்பத்திகளுக்கு ஒரு பெரிய மார்க்கெட், தனது கண்காணிப்பில் மற்றொரு பெரிய நாடு என்றுதான் எண்ணிக்கொண்டிருந்தார்கள். ஆனால் மிகச் சாமர்த்தியமாக நிகழ்வுகளைத் தங்களுக்குச் சாதகமாக ஆக்கிக்கொண்டது சீனாதான். 'புத்திசாலித்தனத்தை மறைத்துக் கொள்; புரியாமையை வெளியில் காட்டு' என்பது சீன அதிபர் டெங்கின் ஒரு கொள்கை. இதை மிக அழகாக அமெரிக்க உறவுகளின் தொடக்கத்தில் செய்தார்கள் சீனர்கள்.

தொடர்ந்து வந்த அமெரிக்க அதிபர்களுக்கு சீன உறவு மிகக் கவன மாகக் கையாள வேண்டிய ஒரு விஷயமாகிவிட்டது. அதிபராக ஜிம்மி

கார்ட்டர் பதவியேற்ற பின்னர் சீனத் தலைவர் டெங் ஜியோபிங்கை அமெரிக்காவுக்கு அழைத்தார். அமெரிக்காவுக்கும் சோவியத் யூனியனுக்கும் இருந்த பனிப்போரின் உச்சகட்டம் அது. சந்திப்புக்குப் பின்னர் சீன அதிபரை, 'அமெரிக்காவின் ஆர்வமான, மன உறுதி கொண்ட ஒரு பங்குதாரர்' என வர்ணித்தார். இந்தச் சந்திப்பும் அறி விப்பும் சோவியத் யூனியனுக்கு மட்டுமில்லை உலகின் பல நாடுகளில் ஆச்சரியமான விளைவுகளை ஏற்படுத்தியது. குறிப்பாக ஜப்பான் தனது அச்சங்களை வெளிப்படையாக தெரிவித்தது. உலகின் பல நாடுகள் சீனா உண்மையிலேயே முதலாளித்துவ கொள்கைகளை ஏற்று மாறிக் கொண்டிருக்கிறது என்பதை நம்பத் தொடங்கினார்கள்.

தொடர்ந்து வந்த அமெரிக்க அதிபர் ரொனால்ட் ரீகன் அடிப்படையில் கம்யூனிச கொள்கைகளை எதிர்ப்பவர். தைவான் தனிநாடு என்பதை நீண்ட நாள் ஆதரித்து வந்தவர். ஆனால் அமெரிக்காவின் வர்த்தக எல்லைகளை விரிவாக்கவேண்டிய கட்டாயத்தில் இருந்ததால் தனது முந்தைய அதிபர்கள் போட்டிருக்கும் பாதையையே தொடர ஆரம் பித்தார். இவரது காலத்தில் தான் 1989ல் ஜூன் 4ம் தேதி உலகமே அதிர்ந்து போன தியானென்மென் சதுக்கத்தில் எழுந்த உரிமைக் குரல்கள், கடுமையாக அடக்கப்பட்டன. அதை இவர் கண்டித்ததால் உறவில் சிறிய விரிசல் தோன்றத் தொடங்கியது.

1992ல் ஜார்ஜ் புஷ் (சீனியர்) பதவியேற்ற பொழுது இந்த விரிசல் பெரிதாகியிருந்தது. அவர் தைவான் நாட்டுக்கு ஆதரவான செயல் களைச் செய்து சீனாவை மிரட்டிப் பணியவைத்துவிடலாம் என காய்களை நகர்த்தினார். அவர்களுக்கு சக்தி வாய்ந்த போர் விமானங் களை வழங்கியிருந்தார். தைவான் நாட்டு அதிபர் அமெரிக்காவுக்கு அழைக்கப்பட்டார். அவர் படித்த பல்கலைக்கழகத்துக்கு அழைக்கப் பட்டதாகக் காரணம் சொல்லப்பட்டது. இந்த மிரட்டலுக்குப் பயப்படாத சீனா தாய்வான் சீனாவின் ஒரு பகுதி என்பதை அமெரிக்கா ஏற்காவிட்டால் அவசியமானால் ஒரு போருக்கும் தயார் என அதிரடியாக அறிவித்ததுதான் சீனா நகர்த்திய எதிர் காய். இதுதான் அமெரிக்காவை எதிர்த்து சீன செய்த முதல் நடவடிக்கை.

தொடர்ந்து பதவிக்கு வந்த அதிபர் கிளிண்டன் சீனாவின் பலத்தை உணர்ந்து தாய்வான் பிரச்னையின் மூலமாக சீனாவைக் கட்டுப்படுத்த முடியாது என்பதைப் புரிந்துகொண்டார். அதனால் மீண்டும் உறவு களை மேம்படுத்த விரும்பினார். ஆனால் அவருக்கு அமெரிக்க காங் கிரஸில் முழுபலமில்லை. அவர்கள் இவரது கையை முறுக்கிக் கொண்டே இருந்தனர். ஆனால் கிளிண்டன் சீனாவின் மனித உரிமை

மீறல்கள், போர் மிரட்டல்கள் அமெரிக்காவின் சீன வர்த்தகங்களைப் பாதித்துவிடக்கூடாது என்பதில் அக்கறையாக இருந்தார். பகை மைகளை மறந்து அமைதி உடன்படிக்கை ஒன்று 1997ல் கையெழுத் தாகியது. இது ஒரு பெரிய திருப்பம். இந்த செயல் அன்று தவிர்க்கப் பட்டிருந்தால் சீனா இன்றிருக்கும் நிலையை அடைந்திருக்குமா என்பது சந்தேகமே.

கிளிண்ட்டன் சீனாவின் வளர்ச்சிக்கு செய்த மிகப்பெரிய உதவி, சீனா கண்மூடித்தனமாக தான் உறுப்பினராக மறுத்துக்கொண்டிருந்த WTO வில் சீனாவை இணைய வைத்ததுதான். இப்படி ஒவ்வொரு கால கட்டத்திலும் இரு நாடுகளும் மாறி மாறி காய்களை நகர்த்திக் கொண்டிருந்தாலும் இருவரும் தங்கள் குறிக்கோள்களில் கவனமாக இருந்தனர். அந்நிய முதலீடு, உற்பத்தி, ஏற்றுமதி சந்தை, தொழில் நுட்பம் போன்றவற்றில் அமெரிக்காவின் ஆதரவு தேவை என்பதை உணர்ந்த சீனாவும், தங்கள் நிறுவனங்களின் தயாரிப்புகளை அதிகரிக்க ஒரு மிகப்பெரிய தொழிற்சாலை ஆசியாவின் மத்தியப் பகுதியில் அவசியம் என உணர்ந்த அமெரிக்காவும் மிகக் கவனமாக அவரவர் ஆட்டத்தைத் தொடர்ந்தார்கள். அவ்வப்போது சில சறுக்கல்கள், உரசல்கள் இருந்தாலும் மாறி மாறி வெற்றிகரமான தங்கள் காய் நகர்த்தல்களைத் தொடர்ந்து கொண்டிருந்தனர். சீனத்தலைவர்கள் 'அமைதியான வளர்ச்சி' என்பதில் மிகுந்த அக்கறை கொண்டு சீனாவின் கடல் எல்லை பிரச்னைகள், சோவியத் எல்லைப் பிரச்னைகள், வியட்நாம் போன்ற பிரச்னைகளை ஆறப் போட்டனர்.

தொடர்ந்த முதலீடுகளினாலும் அதிவேகமாக உயர்ந்த உற்பத் தியினாலும் சீனாவின் பொருளாதார சக்தியை வலுவானது. உள்நாட்டின் பொருளாதார வளர்ச்சியும் வேலைவாய்ப்புகளும் மக்களின் வருமானம் மற்றும் சேமிக்கும் சக்தியை வளர்த்தன. இந்தப் பாதுகாப்பான அடிப் படை பொருளாதார நிலை வளர்ந்து கொண்டிருந்த நேரத்தில் அமெரிக் காவுக்கு சீனாவின் ஏற்றுமதி மிக அதிக அளவில் அதிகரித்துக்கொண்டே இருந்தது. அதன் மூலம் அதிகரித்த அந்நியச் செலாவணி டாலர் கையி ருப்புகளை சீனா முதலீடு செய்ய விரும்பிய இடம் அமெரிக்கா. குறைந்த வட்டியில் கடனாக மட்டுமில்லை, அமெரிக்க அரசு வெளியிடும் டாலர் பாண்டுகளையும் வாங்கிக் குவித்தது. சீனாவின் அமெரிக்க ஏற்றுமதி அதிகரித்துக்கொண்டே போய் அவர்களின் டாலர் கையிருப்பு மில்லியன் களிலிருந்து டிரில்லியன்களாக உயர்ந்தது. சீனாவின் பொருளாதாரத்தில் 40 சதவிகித அளவு அவர்களின் ஏற்றுமதிகளினால்தான். அதில் பெரும் பங்கு அமெரிக்காவிற்கு என்ற நிலை உறுதியானது. பிடிவாதமாக தங்கள் நாணயமதிப்பை அரசு கட்டுப்பாட்டில் வைத்திருப்பதன் மூலம்

டாலர்களுக்கு அதிக அளவு யூவான் என்ற நிலையில், குறைந்த செலவில் அதிக உற்பத்தி என்ற விளையாட்டை சீனா மிகச் மிகச் சாமர்த்தியமாகச் செய்து கொண்டிருக்கிறது.

தங்கள் நாட்டில் அரசின் முதலீடுகளிலும் கடன்களிலும் மிகப்பெரிய இடத்தைப் பிடித்துவிட்ட சீனாவை தங்கள் பொருளாதாரத்துக்குச் சவால்விடும் அச்சுறுத்தும் விஷயமாக அமெரிக்கா பார்க்கத் தொடங்கிவிட்டது. சரியும் உள்நாட்டு பொருளாதாரத்தைக் காப்பாற்ற அமெரிக்கா சீனாவிலிருந்து இறக்குமதியைக் குறைத்தால் அது சீனாவின் பொருளாதாரத்தைப் பாதிக்கும். அதனால் சீனா அதன் வசம் இருக்கும் அமெரிக்க அரசின் டாலர் கடன் பங்கு பத்திரங்களை விற்றால் அது அமெரிக்க பொருளாதாரத்தை இன்னும் பின்னுக்குத் தள்ளிவிடும். இப்படி இரண்டு நாடுகளும் 'பொருளாதார அபாயத்தின் சமநிலையில்' இருக்கின்றன. இதைத் தவிர்க்க சீன நாணயத்தை கட்டுப்பாடற்ற உண்மையான சந்தை மதிப்பிற்குக் கொண்டுவர அழுத்தம் கொடுப்பதன் மூலம் அமெரிக்கா தனது அடுத்த காயை நகர்த்தத் திட்டமிடுகிறது. அப்படிச் செய்து அமெரிக்க மார்க்கெட்டை இழக்கத் தயாராக இல்லாததால் சீனா அமெரிக்க நகர்த்தப்போகும் காயை வீழ்த்த வேறு வியூகத்தை வகுத்துக்கொண்டிருக்கிறது. உலகம் இந்த விளையாட்டை ஆவலுடன் பார்த்துக்கொண்டிருக்கிறது.

2001ல் கிளிண்டனை தொடர்ந்து வந்த அமெரிக்க அதிபர் ஜார்ஜ் புஷ், சீனாவை ஒரு நல்ல நண்பனாக நினைக்காமல் அமெரிக்காவுக்கு சவால்விடும் போட்டியாளராகக் கருதி அந்த அடிப்படையிலேயே அணுகினார். அவர் 2010 க்குள் சீனா அமெரிக்காவை எதிர்க்கும் அளவு பொருளாதார வலிமை பெற்றுவிடும் எனக் கணித்தார். இன்று அது உண்மையாகிக் கொண்டிருக்கிறது. சீனாவின் இந்த வளர்ச்சியையும் செல்வாக்கையும் தடுக்க ஆசிய கண்டத்தில் ஒரு வலிமையான நாட்டை வளர்க்க விரும்பினார் ஜார்ஜ் புஷ். அதற்கு அவர் தேர்ந் தெடுத்தது இந்தியாவை. ஆனால் அந்த காலகட்டத்தில் இந்தியா அந்த நல்ல வாய்ப்பை முழுவதுமாக பயன்படுத்தத் தவறி விட்டது. தொடர்ந்து வந்த ஒபாமாவின் நிர்வாகம் இந்த அணுகுமுறையைத் தொடர்ந்தது. புதிய பொருளாதாரக் கொள்கைகளினால் எழுச்சி பெற்றிருக்கும் இந்தியாவை வளர்த்து வலிமையாக்கி சீனாவுக்கு ஒரு செக் வைக்க முயற்சிக்கிறது. 2014ல் இந்தியாவில் ஏற்பட்டிருக்கும் ஆட்சி மாற்றத்தினால் இது நிகழ்வதற்கான அறிகுறிகள் தெரிகின்றன. இறுதி முடிவை காலம்தான் சொல்லும்.

அமெரிக்காவை விடுங்கள், உலகம் இன்று இந்தியாவையும் சீனா வையும் எப்படிப் பார்க்கிறது?

13

இந்தியாவும் சீனாவும்

ஆப்பிளையும் ஆரஞ்சையும் ஒப்பிடக்கூடாது என்று சொல்லப் படுவது உண்டு. இயற்கை வளம், நிலப்பரப்பு, மக்கள் தொகை, உற்பத்தித் திறன், ஆட்சி முறை இப்படி எதிலுமே ஒரேமாதிரி இல்லாதிருக்கும் இரு தேசங்கள் இந்தியாவும் சீனாவும். ஆனால் இந்த இரு நாடுகள்தான் 17 மற்றும் 18ம் நூற்றாண்டுகளில் வல்லரசுகளாக இருந்திருக்கின்றன. உலகின் மொத்த உற்பத்தித் திறனில் (சீனா 28% இந்தியா 23%) பாதி இந்த இருநாடுகளில்தான் இருந்தது என்கிறது வரலாறு. உள்நாட்டுப் போர்களினால் வீழ்ச்சியடைந்த பொருளா தாரம், காலனியாதிக்க ஆட்சிமுறையால் இன்னும் வலுவிழந்தது. ஒரே காலகட்டத்தில் புரட்சிகள், சுதந்தரப் போராட்டங்களுக்குப் பின் புதிய தேசங்களாக எழுந்தவை இந்த நாடுகள். இப்படி சில ஒற்று மைகள் கொண்ட இந்த இரு நாடுகளும் இன்று எதிர்கொள்ளும் சவால்கள். ஒரே மாதிரியானவைகள் என்பதால் ஓர் ஒப்பிடு அவசியமாகிறது.

1970களுக்கும் 1990களுக்கும் பின்னர் எழுந்த உலகமயமாக்கல் அலையில் இரு நாடுகளுமே தங்களை வளர்த்து நிலைநிறுத்திக் கொள்ள முயன்றன. மேலும் பாரம்பரியமாக வேறு எந்த அண்டை நாடுகளுக்கும் இல்லாத கலாசார, வணிக உறவுகள் கொண்ட நாடுகளாக இருந்ததால் உலக நாடுகள், குறிப்பாக அமெரிக்கா புதிய பொருளாதார கொள்கை மாற்றங்களுக்குப் பின் இந்த இரு நாடுகளின் வளர்ச்சியை ஒப்பிடவும் வருங்கால வளர்ச்சியை கணிக்கவும் தொடங்கியிருக்கிறது. ஐநா வின் பொருளாதார பிரிவு வெளியிட்டி ருக்கும் 'மேப்பிங் தி குளோபல் ஃபியூச்சர் பய் 2020' என்ற அறிக்கையில் 21 நூற்றாண்டின் தொடக்கத்தில் சீனா - இந்தியாவின் வளர்ச்சி 19ஆம்

நூற்றாண்டில் ஜெர்மனியும், 20 நூற்றாண்டில் அமெரிக்காவும் அடைந்த வளர்ச்சியை ஒத்திருக்கிறது என்று குறிப்பிட்டிருக்கிறது.

சீனா தனது பொருளாதார சீர்திருத்தங்களை 1970ல் தொடங்கியது. 10 ஆண்டுகளுக்குப் பின்னர் 1980ல் சீனாவின் ஒட்டுமொத்த பொருளாதார வளர்ச்சியும், தனிநபர் வருமானமும் இந்தியாவைவிட குறைந்தே இருந்தது. ஆனால் 1984ல் சீனாவின் பொருளாதார வளர்ச்சியும் உற்பத் தியும் இந்தியாவை விட அதிகரித்திருந்தது. 1991ல் இந்தியா பொருளா தாரச் சீர்திருத்தங்களைச் செய்தபோது அதன் வளர்ச்சி சீனாவை மிஞ் சியிருந்தது. ஆனால் தொடர்ந்து வந்த சில ஆண்டுகளில். சீனாவின் வளர்ச்சி ஒரே பாய்ச்சலாக உயர்ந்து இரு நாடுகளுக்கான இடை வெளியை மிக அதிகமாக்கியது. இந்தியா, சீனாவின் வெற்றிகளைக் கடப்பதைவிட இடைவெளியைக் குறைக்க இப்போது முழுவேகத் தில் தன் முயற்சிகளை அதிகரித்துக்கொண்டிருக்கிறது.

சீனாவைப்போல இந்தியாவில் பொருளாதாரப் புரட்சி வெற்றி பெறா ததற்குக் காரணம், அது சீனாவைப்போல் நாட்டையும் மக்களையும் மாறுதல்களுக்கு சரியான வகையில் தயாரிக்கவில்லை. சீனா நீண்ட தொலைநோக்குடன் நிலச்சீர்திருத்தம், ஏற்றத்தாழ்வற்ற சமூகம், ஒரே மொழி, மிகப்பெரிய அளவிலான கட்டுமானங்கள், மக்களுக்கு எளி தாகக் கிடைக்கக்கூடிய கல்வி வசதி போன்றவைகளை வெகு நேர்த் தியாக திட்டமிட்டு பின்னர் பொருளாதார கொள்கை மாற்றத்தை துவக் கியிருந்தார்கள். மக்கள் தொகைப் பெருக்கத்தைக் குறைத்து பொருளா தார வளர்ச்சியை அதிகரித்தார்கள். இந்தியா இந்த விஷயங்கள் எல்லா வற்றையும் பொருளாதார வளர்ச்சியுடன் சேர்த்தே செய்ய முயன்ற தால் பின்தங்கிவிட்டது என சில ஆராய்ச்சியாளர்கள் எழுதியிருக் கின்றனர்.

வளர்ச்சி வேகத்தில் இரு நாடுகளும் ஒரே மாதிரியாக இல்லா விட்டாலும் இந்த நாடுகள் இரண்டும் பல விஷயங்களில் தனிச் சிறப்பும், வலுவும் பெற்ற நாடுகள் என்பதை உலக நாடுகள் கணித் திருப்பதும் இரு நாடுகளையும் ஒப்பிட்டுப் பார்ப்பதற்கு மற்றொரு காரணம். 2008 ஆம் ஆண்டு உலகப் பொருளாதாரம் ஒரு மிகப்பெரிய சரிவைச் சந்தித்தது. அமெரிக்காவில் பனிப்பாறை உருகியதைப்போல நிகழ்ந்த அது உலகின் பலநாடுகளைத் தாக்கியது. அப்போது உலக நாடுகளின் மொத்த உற்பத்தி திறன் (GDP) 64 டிரிலியன் டாலராக இருந்தது, இந்த நெருக்கடி காரணமாக சரசரவென்று ஒரே ஆண்டில் 3 டிரிலியன் டாலர் சரிந்தது. முன்னெப்போதும் நிகழாத, இந்த நிகழ்வு உலகப் பொருளாதாரத்தின் மிகப்பெரிய அபாயமாகப் பார்க்கப்

பட்டது. ஆனால் அதே காலகட்டத்தில் இந்தியாவிலும், சீனாவிலும் மொத்த பொது உற்பத்தி அதிகரித்திருந்தது.

வலிமையான இந்தியப் பொருளாதார கட்டமைப்பு, ரிசர்வ் வங்கி நாட்டின் வங்கிகளை நிர்வகித்த பாணி, அதிகரித்த ஏற்றுமதி, அந்நிய நிறுவனங்கள் தொழிற்சாலைகளில் செய்த முதலீடுகள், வெளிநாட்டு வாழ் இந்தியர்கள் வங்கியில் செய்த சேமிப்பு (ஒரே ஆண்டில் 46 பில்லியனுக்கும் மேல்) போன்றவைகள் இந்தியாவை தனித்து நிற்கச் செய்தது.

அதேபோல் சீனாவில் பெருமளவு லாபம் ஈட்டிய நிறுவனங்கள் அரசின் கட்டுப்பாட்டிலிருந்ததால் அதன் சேமிப்பு (ரிசர்வ்) சீனாவைக் காப்பாற்றிற்று. சீனா வெளியிடும் பொருளாதாரக் குறியீடுகள் சந்தே கத்துக்குரியதாக இருந்தாலும் அந்த காலகட்டத்தில் உருகி ஓடிய உலக பொருளாதார சரிவு சீனாவை பாதிக்கவில்லை என்பதுதான் உண்மை.

இந்த விஷயங்கள் உலகுக்கு சொன்ன செய்தி மிகப்பெரிய பொருளா தாரச் சிக்கல்கள் ஏற்பட்டாலும் அவற்றைச் சமாளிக்கும் சக்தி இந்த நாடுகளுக்கு உண்டு என்பதுதான். வெவ்வேறு அரசியல், வெவ்வேறு ஆட்சிமுறைகள், வெவ்வேறு நிதிமேலாண்மை கொள்கைகள் இருந்த போதிலும் இந்த நாடுகள் தங்கள் பாதுகாப்பு சுவர்களை வலுவாக அமைத்துக் கொண்டிருக்கின்றன என உலக நாடுகள் கணித்தன. அந்த காலகட்டத்துக்குப் பின்னர் இந்த இரு நாடுகளும் எப்படி வளர் கின்றன? எப்படித் திட்டமிடுகின்றன? என்பதை உலக நாடுகள் ஆவலுடன் கவனிக்கத் தொடங்கின. அந்நிய முதலீடுகளுக்கு அவசிய மான, நிலைகுலையாத பொருளாதார கட்டமைப்பு இந்த இரு நாடுகளில் இருப்பதை முதலீட்டாளர்கள் உணர்ந்தார்கள்.

நியூ யார்க்கில் 'கோல்ட்மேன் சாக்ஸ்' என்பது உலகின் மிகப்பெரிய நிதி ஆராய்ச்சி நிறுவனம். மிகத்திறமையான பொருளாதார நிபுணர் களுடன் இயங்கும் இந்த நிறுவனத்தின் ஆராய்ச்சி அறிக்கைகளை உலக நாடுகளும், உலக வங்கி, சர்வதேச நிதி ஆணையம் போன்ற நிறுவனங்கள் பெரிதும் மதிக்கின்றன. 2001ஆம் ஆண்டு இவர்கள் 'பிரிக் நாடுகளின் வளர்ச்சியும் எதிர்காலமும்' பற்றி ஒரு அறிக்கையை வெளி யிட்டார்கள். பிரேசில், ரஷ்யா, இந்தியா, சீனா, போன்ற நாடுகளை பொருளாதார ரீதியாக வகைப்படுத்தி அதன் ஆங்கிலப் பெயர்களின் முதலெழுத்துகளை இணைத்து பிரிக் (BRIC) என்ற பதத்தை உருவாக் கியிருந்தார் அந்த அறிக்கையைத் தயாரித்த ஜிம் ஒ நீல் என்ற ஆஸ்திரிய நாட்டு நிபுணர். அதில் சீனாவுக்கு அடுத்தபடியாக இந்தியா - ஜப்பான் ஜெர்மனி நாடுகளை விட வேகமாக வளரும் எனக் குறிப்பிட்டிருந்தார்.

அப்போது இந்த அறிக்கை அவ்வளவாக மதிக்கப்படவில்லை. தொடர்ந்து 2004ல் இவர் மீண்டும் ஒரு அறிக்கையை அளித்தார். அதில் எப்படி தான் கணித்தபடி சீனாவும் இந்தியாவும் வளர்ந்து கொண்டிருக் கின்றன என்பதையும் இந்த விகிதத்தில் தான் சொன்ன வெற்றிகளை 2030லேயே இந்த நாடுகள் அடைந்துவிடும் என்று குறிப்பிட்டிருந்தார். உலகம் இதை உன்னிப்பாகக் கவனித்தது. இதன்படி அடுத்த 10 ஆண்டுகளில் பிரிக் நாடுகளில் தனிநபர் வருமானம் சீனாவிலும் இந்தியாவிலும் உயரும். இந்தியாவிற்கு பிரகாசமான எதிர்காலம் இருக்கிறது. 2015 ல் இந்தியாவின் GDP 25 டிரில்லியன் அளவைத் தொடும்(ஒரு டிரில்லியன் =1 லட்சம் கோடிகள்) என்பது கணிப்பு.

பாரம்பரிய தொடர்புகளைத் தொடர்ந்து இந்தியாவுக்கும் சீனாவுக்கு மான புதிய நல்லுறவு இந்திய சுதந்தரத்துடனேயே தொடங்கியது. இன்றைக்கு ஐக்கிய நாடுகள் சபையில் நிரந்தர உறுப்பினராக அசைக்க முடியாத இடத்தை (தைவான் நாட்டுக்குப் போகவேண்டியது) பெற உதவியதே இந்தியாதான். 1962ல் நேருவின் காலத்தில் நிகழ்ந்த எல்லைப் பிரச்னை போராக மாறியதில் எழுந்த கசப்பும் பகை உணர்ச் சியும் இரண்டு நாடுகளின் அடிமனத்தில் இருந்தாலும் எல்லைப் பிரச்னைகள் வேறு விஷயம்; வர்த்தகம் வேறு விஷயம் என்ற அடிப் படையில் 80களில் ஒப்பந்தங்கள் செய்யப்பட்டு வணிகம் இரு நாடு களுக்கிடையே தொடர்ந்து கொண்டிருக்கிறது.

'சீனாவும் இந்தியாவும் அன்பும் வெறுப்பும் கலந்த ஓர் உறவில் பிணைக்கப்பட்டுள்ளன. அதில் அன்பைவிட வெறுப்பே கொஞ்சம் அதிகமாகக் காணப்படுகிறது' என்கிறார் நூலாசிரியர் ராகவ் பஹல். இருநாடுகளுக்குமிடையே வர்த்தகம் 3 பில்லியன் டாலர்களிலிருந்து 10 ஆண்டுகளில் 70 பில்லியன் டாலராக உயர்ந்திருக்கிறது. இன்று சீனாதான் நமது மிகப்பெரிய பிசினஸ் பார்ட்னராக இருக்கிறது. சீனா இந்தியாவில் 2010 வரை செய்த முதலீடுகள் அது மற்ற நாடுகளில் செய்தவைகளை விட குறைவு என்பதுதான் உண்மை. ஆனால். இந்திய தொழில் நிறுவனங்கள் சீனாவில் கிடைத்த வாய்ப்பை நழுவ விடாமல் மெல்லத் தொடங்கி இன்று வலுவாக வளர்ந்து கொண்டிருக்கிறார்கள்.

இந்திய மென்பொருள் கம்பெனிகளான இன்ஃபோசிஸ், டிசிஎஸ், விப்ரோ போன்ற பெரிய கம்பெனிகளுடன் பல சிறு கம்பெனிகளும் சீனாவில் தடம் பதித்திருக்கிறார்கள். சுந்தரம் ஃபாஸ்ட்னர்ஸ், மஹேந் திரா போன்ற ஆட்டோ நிறுவனங்களும் உற்பத்திக் கேந்திரங்களை நிறுவியிருக்கின்றன. பத்துக்கும் மேற்பட்ட வங்கிகள் கிளை களையோ அல்லது பிரதிநிதி அலுவலகங்களையோ தொடங்

கியிருக்கின்றன. ஸ்டேட் வங்கி எல்லாவித வங்கிச்சேவைக்கான லைசன்ஸ்களையும் பெற்று பல வெளிநாட்டு வங்கிகளுடன் சீனாவில் போட்டியிடுகிறது. இவையெல்லாம் எப்படி இந்தியா சீனாவில் எழுந்த வாய்ப்பைப் பயன்படுத்திக்கொண்டன என்பதைக் காட்டுகிறது. ஆனால் ஏன் சீனா இந்தியாவில் பெருமளவில் முதலீடுகளைச் செய்ய வில்லை? புதிராக எழுந்த கேள்விக்கு நீண்ட நாட்களுக்கு பின்னரே விடை கிடைத்தது. இந்திய அரசியல் அமைப்பும் ஆட்சி முறையும் (2014 வரை பல கட்சி கூட்டணி அரசு) அந்நிய முதலீடுகளுக்கு ஏற்ற முறையில் இல்லை என்பதுதான் காரணமாக அறியப்பட்டது. ஒரு கம்யூனிச நாடு ஒரு ஜனநாயக நாட்டில் முதலீடுகளுக்கு ஏற்ற சுழல் இல்லை என்ற சொன்னது ஓர் அதிர்ச்சியான உண்மை.

புள்ளியியல் வல்லுனர்கள் ஒரு நாட்டின் வளர்ச்சி வீதத்தைக் கணிக்க விதி 72 என்று ஒரு கணக்கீட்டு முறை வைத்திருக்கிறார்கள். இதன்படி இன்றைய வளர்ச்சி வீதம் 1% ஆக இருந்தால் 72 ஆண்டுகளில் அது இரு மடங்காகும். வளர்ச்சி வீதம் 7% ஆக இருந்தால் 10 ஆண்டுகளில் இரு மடங்காகும். இந்தக் கணக்கின்படி 25 ஆண்டுகளில் சீனா பிடித்த இடத்தை இந்தியா அடைய 35 ஆண்டுகளாகும்.

2014ஆம் ஆண்டு இந்தியாவில் தேர்தலுக்குப் பின் பிஜேபி கட்சியின் மிகப்பெரும்பான்மை பலத்துடன் எழுந்த புதிய ஆட்சியின் தொடக்கத் திலேயே இந்தியாவைப்பற்றி சீனா கொண்டிருந்த கருத்துகளை அவர்கள் புரிந்துகொண்டார்கள் என்பதற்கான அறிகுறிகள் தெரிந்தன. ஆட்சி தொடங்கிய சில நாட்களிலேயே சீன அதிபரின் விஜயம், பல புதிய புரிந்துணர்வு ஒப்பந்தங்கள், பெரிய அளவிலான முதலீடு களுக்கான ஒப்பந்தங்கள் எல்லாம் மின்னல் வேகத்தில் கையெழுத் தாகின. சீன அதிபர் சீய் சின்பிங் 'வளமான ஆசிய நூற்றாண்டை நோக்கி' என்று பிரபல நாளிதழான ஹிண்டுவில் ஒரு கட்டுரை எழுதி யிருந்தார்(17/09/14). அதில் 'உலகின் மிகப்பெரிய தொழிற்சாலையும், மிகப்பெரிய பின்னணி நிர்வாகத் திறனும் (back office) இணைந்தால் உலகின் எவருடனும் போட்டியிடக்கூடிய மிகப்பெரிய உற்பத்தி மைய மாக உருவெடுக்கும்' என எழுதியிருக்கிறார். பிரதமர் மோடி இந்தியா வையும் சீனாவையும் இரு உடல்கள் ஒரு ஆத்மா என வர்ணித் திருப்பதை, நான் மிகவும் பாராட்டுகிறேன். சீனாவின் உழைப் பாற்றலும் இந்தியாவின் அறிவாற்றலும் இணைந்தால் அது ஒரு மிகப் பெரிய சக்தியாக உருவெடுக்கும் என நான் நம்புகிறேன்' என்றும் அந்தக் கட்டுரையில் குறிப்பிடுகிறார்.

இரு நாட்டுத் தலைவர்கள் சந்திக்கும்போது கூட்டு அறிக்கைகள் வெளியாவது வாடிக்கை. இரு நாட்டுத் தூதரக அதிகாரிகளால் மிகச்

சரியாக, கவனமாகத் தேர்ந்தெடுக்கப்பட்ட வாசகங்களைக் கொண்ட அதில் பல விஷயங்கள் மேம்போக்காகத்தான் இருக்கும். உண்மை நிலையை எளிதில் புரிந்துகொள்ள முடியது. ஆனால் இம்மாதிரி நேரடிக் கட்டுரைகள் நம்பிக்கை விதைகளை விதைப்பவை.

சீனாவைப் போலவே தொடர்ந்த வளர்ச்சி என்பதை குறிக்கோளாகக் கொண்டிருக்கும் இந்தியாவின் புதிய அரசு எல்லைப் பிரச்னைகளைத் தாண்டி இந்திய சீனா உறவை எப்படி புதுப்பிக்கப் போகிறார்கள் என்பதை உலகம் உன்னிப்பாகக் கவனித்துக் கொண்டிருக்கிறது.

14

நாளைய சீனா

ஆசியாவின் வல்லமை மிகுந்த வல்லரசு. உலகின் இரண்டாவது பெரிய பொருளாதாரம். 2025ம் ஆண்டுக்குள் அமெரிக்கா உள்பட எல்லா நாடுகளையும் பின் தள்ளிவிட்டு முதல் இடத்தைப் பிடித்து விடும். எந்த ஒரு பொருளையும் உலகிலேயே அதிக அளவில் ஏற்றுமதி அல்லது இறக்குமதி செய்து உலக வர்த்தகத்தில் முதலிடம் பிடிக்கப் போகிறது. இப்படி சீனா குறித்து பல கணிப்புகள் வெளியிடப்படு கின்றன. அதன் வளர்ச்சி விகிதத்தைச் சொல்லும் புள்ளிவிவரங்கள் திரும்பும் திசையெங்கிலும் கொட்டிக்கொண்டிருகின்றன. எந்தப் போரிலும் நேரடியாக ஈடுபடாவிட்டாலும் தனது ராணுவ பலத்தை ஆண்டுதோறும் அதிகரித்துக்கொண்டிருக்கிறது சீனா. கடந்த ஆண்டு 126 பில்லியன் டாலர்களை இதற்காக செலவழித்திருக்கிறது. ரஷ்ய உதவியுடன் தங்கள் ராணுவத்தை நவீன தொழில்நுட்ப மயமாக்கிக் கொண்டிருக்கிறது. அமைதியான வலிமையான பொருளாதார வளர்ச்சி என்பதை அறிவித்திருக்கும் சீனா எதற்காக இப்படி ராணுவ பலத்தை பெருக்கிக் கொண்டிருக்கிறது என்பது அந்நாடு குறித்து இப்போதும் நிலவும் பல புரியாத புதிர்களில் ஒன்று.

சீனா ராணுவத்திலும் ஒரு சூப்பர் பவராக போகிறதா? அப்படி நிகழ்ந் தால் அதனால் ஏற்படப் போகும் பாதிப்புகள் என்ன? குறிப்பாக இந்தியாவில் அது என்ன விளைவுகளை ஏற்படுத்தும் என்பதைப் பற்றி ஆராய்ச்சியாளர்கள் எழுதத் தொடங்கியிருக்கிறார்கள்.

'ஒரு நாட்டின் பொருளாதார வளர்ச்சி என்பது பொருளாதார பலத்தில் உள்ளதே தவிர அதன் ராணுவ பலத்தில் இல்லை' என்று ஆராய்ச் சியாளர் ஃபரீத் ஜக்காரியா எழுதுகிறார். இவர் இரண்டாம் உலகப் போரில் சக்தி வாய்ந்த ராணுவங்களைக் கொண்ட நாடுகளும்

சோவியத் யூனியனும்கூட, பொருளாதார நெருக்கடிகள் ஏற்பட்ட போது தாக்குப்பிடிக்க முடியாமல் சாய்ந்ததை புள்ளிவிவரங்களுடன் விவரிக்கிறார். ஆனால் தொடர்ந்து 30 ஆண்டுகளுக்கு ஒவ்வொரு வருடமும் 9% வளர்ச்சியை பதிவு செய்த, தனிநபர் வருமானத்தை 11 மடங்கு அதிகரித்த, 40 கோடி மக்களை வறுமையிலிருந்த மீட்ட சீனாவில் பொருளாதார வளர்ச்சி இல்லை என்று எப்படிச் சொல்ல முடியும்? எல்லாவற்றுக்கும் மேலாக தன் கட்டமைப்புகளைப் பெருக்கி அந்நிய முதலீடுகளை ஈர்த்த சீனா கையிருப்பாக வைத் திருக்கும் டாலர்கள் 5 டிரில்லியன். பொருளாதாரத்திலும் அதிவேக மாக வளர்ந்த சீனா, குறைந்த வட்டி கடன் வழங்கல்களினால் பண வீக்கத்தில் சிக்கித் தவித்த அமெரிக்காவுக்கு 900 பில்லியனுக்கு மேல் கடன் கொடுத்தது. இதுதான் சீனா சூப்பர் பவர் ஆகப்போவதின் முதல் அடையாளம் என பொருளாதாரப் பத்திரிகைகள் எழுதின.

கடந்த 10 ஆண்டுகளில் சீனா செய்துகொண்டிருக்கும் மற்ற சில சர்வதேச நடவடிக்கைகள் சீனாவுக்கு இப்படி ஒரு எண்ணம் எழுந்து கொண்டிருப்பதை அடையாளம் காட்டுகின்றன. 2006லிருந்து சீனா தனது உபரி சேமிப்பை ஆப்பிரிக்க நாடுகளில் மிகத் தாராளமாக முதலீடு செய்துகொண்டிருக்கிறது. 2007ல் 25 பில்லியன் டாலர் அளவில் இருந்த முதலீடு 2008ஆம் ஆண்டு 50 பில்லியனாக உயர்ந்தது. ஒவ்வொரு ஆண்டும் 15%க்கு மேல் இதை அதிகரித்துக்கொண்டே இருக்கிறது. 2010ஆம் ஆண்டு ஆப்பிரிக்காவுடனான சீன வர்த்தகம் 75 பில்லியன் டாலர் தொட்டது. சூடான், ஜிம்பாப்வே போன்ற நாடுகளில் முதலீடுகளை அதிகரித்துக்கொண்டிருக்கிறது. வணிக ரீதியாக மட்டுமில்லாமல் அந்த அரசுகளின் கட்டுமான பணிகளிலும் உதவுகிறது. பாலங்கள், ரயில்கள் போன்றனவகளில் மிகப் பெரிய அளவில் கடன் உதவி செய்துகொண்டிருக்கிறது. இந்த ஆப்பிரிக்க நாடுகள் பல ஆண்டுகளாக சீனாவுக்கு எதிரான தாய்வான் நாட்டுக்கு ஆதரவு அளித்த நாடுகள். இப்போது நிலையை மாற்றிக் கொண்டிருக்கிறார்கள்.

சமீபத்தில் 32 சிறிய ஆப்பிரிக்க நாடுகளுக்கு 150க்கும் மேற்பட்ட கடன்களை ரத்து செய்து ஒரு அறிவிப்பை வெளியிட்டு உலகைத் திகைக்க வைத்தது சீனா. ஏன் இந்த ஆப்பிரிக்க நாடுகளின் மீது சீனாவுக்கு திடீர் காதல்? அமைதியாக சீனா தன் புத்திசாலித்தனத்தைப் பயன்படுத்துவதற்கு இது ஓர் உதாரணம். சீனாவின் பொருளாதார வளர்ச்சியை மிக வேகமானது என கணித்திருக்கிறார்கள் பொருளாதார வல்லுனர்கள். மிகப்பெரிய பொருளாதாரம் வேகமாக வளரும்போது 8 ஆண்டுகளில் ஒரு மடங்காகிவிடும். அதை சீனா 6 ஆண்டுகளில்

செய்துவிடும். அந்த கட்டத்தில் உலக மக்கள் தொகையில் 20 சதவிகி தத்தையும், சிமெண்ட், ஸ்டீல், அலுமினியம் உற்பத்தியில் மிகப் பெரிய அளவில் செய்யும் சீனா மூலப்பொருள்களின் குறைவால் உற்பத்தி குறைவு, வேலையில்லாத நிலையை சந்திக்க நேரிடும். இதற்காக இப்போதே இந்த வளங்கள் நிறைய உள்ள ஆப்பிரிக்க நாடுகளை நட்பு போர்வையில் வளைத்துக்கொண்டிருக்கிறார்கள்.

2014 ம் ஆண்டு தொடக்கத்தில் பிரிக் நாடுகள் உலக வங்கி மாடலில் ஒரு வங்கியைத் தொடங்கியிருக்கிறார்கள். இது உறுப்பு நாடுகளுக்கு கடன் தரும் அமைப்பு. சீனாவின் ஆதிக்கம் இதில் அதிகம் இருக்கப் போகிறது. இதற்கு முன் சீனா பிரிக்கில் தென் ஆப்பிரிக்காவை இணைத்து பிரிக்ஸ் (BRIC-S) ஆக மாற்றியது. மிகத் துல்லியமாக அடுத்த 20 ஆண்டுகளுக்குத் திட்டமிடுகிறார்கள் என்பதைப் புரிந்து கொள்ளமுடிகிறது. அதுமட்டுமில்லாமல் ஆப்பிரிக்கா இந்தியா வைப்போல வாங்கும் சக்தி மிகுந்த மத்திய தர வர்க்கம் நிறைந்த ஒரு நாடு. இதை சீனப் பொருள்களுக்கு ஏற்ற ஒரு சந்தை எனத் தீர்மானித்து செயலாற்றிக்கொண்டிருக்கிறார்கள்.

பொருளாதாரக் கண்ணோட்டத்தில் மட்டுமில்லாமல் தங்களை ஒரு சக்தி வாய்ந்த நாடாக நிலை நிறுத்திக்கொள்ளும் வகையில் தங்களது வெளியுறவுக் கொள்கைகளை உருவாக்கிக்கொண்டிருக்கிறது சீனா. 1980களுக்கு முன் ஆசியாவிலேயே பெரிய நாடாக இருந்தபோதிலும் ஆசிய நாடுகளுடன் பெரிய அளவில் உறவு கிடையாது. 1997ல் எழுந்த உலகப் பொருளாதார நெருக்கடியை மிகச் சாதுரியமாக பயன்படுத்திக் கொண்டு தென் கொரியா, இந்தோனேஷியா, சிங்கப்பூர், தாய்லாந்து போன்ற நாடுகளுக்கு உதவி நட்பைப் பெற்றது. ஆசியான் என்ற அமைப்பை உருவாக்கி 10 நாடுகளுடன் கட்டுப்பாடற்ற வர்த்தகம் என்ற புதிய நிலையை உருவாக்கியது. இதில் 90 விதமான பொருள் களுக்கு வரி கிடையாது. இதன் மூலம் அதிகம் லாபம் பெற்ற நாடு சீனாதான்.

ஆசியாவில் தனக்கு நிகராக இந்தியா வளரக்கூடிய வாய்ப்பு இருப் பதை நீண்ட நாட்களுக்கு முன்னரே உணர்ந்த சீனா அந்த நிலையை அடைய முடியாமலிருக்க இந்தியாவின் அண்டை நாடுகளுக்கு பெரு மளவில் உதவ ஆரம்பித்திருக்கிறது. பாகிஸ்தானில் 15 பில்லியன், ஆப்கனிஸ்தானில் 3 பில்லியன் என முதலீடுகளைச் செய்திருக்கிறது. 2014ல் சீன அதிபர் இலங்கை பயணத்தில் சீனா - இலங்கை பொருளா தார உறவுகளின் பொற்காலம் என வர்ணித்தார். 15 சீன நிறுவனங்கள் இலங்கையில் உடனடியாக தொழில் தொடங்க ஒரே ஒப்பந்தத்தில்

அனுமதி அளிக்கப்பட்டிருக்கிறது. இதைப் போல பங்களாதேஷிலும் பல புதிய முதலீடுகள் சீனாவால் செய்யப்பட்டிருக்கின்றன.

இப்படி சிறு நாடுகளை மட்டுமில்லாமல் பெரிய நாடுகளுக்கும் தன் பொருளாதார எல்லைகளை விரிவாக்கிக் கொண்டிருக்கிறது சீனா. தென் அமெரிக்க நாடுகளில் தன் செல்வாக்கை நிலைநிறுத்த அர்ஜெண் டினா போன்ற நாடுகளில் புதிய 10 மில்லியன் டாலர் அளவில் ஒப்பந் தங்களைச் செய்தது. இதில் குறிப்பிடத்தக்க அம்சம் இந்தக் கடன்களை அர்ஜெண்டினா டாலர்களில் திருப்பி செலுத்த வேண்டாம். அவர்கள் உள்ளூர் பணத்தில் கொடுத்தால் போதும். இதன் விளைவாக இரண்டே ஆண்டில் அர்ஜெண்டினாவில் மட்டும் 4000க்கும் மேற்பட்ட சீன சூப்பர் மார்க்கெட்டுகள் ஏற்படுத்தப்பட்டன.

உலகின் மறு மூலையாக சீனாவால் ஒரு காலத்தில் கருதப்பட்ட ஆஸ்திரேலியாவில் இன்று சீனா வலுவாகக் கால் பதித்திருக்கிறது. ஆஸ்திரேலிய பொருள்களின் மிகப்பெரிய சந்தை சீனாதான். இதனால் புதிய கூட்டுறவு, உற்பத்தி ஒப்பந்தங்கள் கையெழுத்தாகியிருக்கிறது. ஒரே ஆண்டில் 2012ல் 28% அதிகரித்து ஆஸ்திரேலியாவின் சீன ஏற்று மதி 100 பில்லியன் டாலர்களை தாண்டிவிட்டது. இரு நாடுகளுக்கும் இடையே வரியில்லாத வியாபாரம் என ஒப்பந்தம் கையெழுத் தாகியிருக்கிறது.

அந்நிய நாடுகளின் முதலீடுகளை வரவேற்பதுபோல சீனாவும் தங்கள் நாட்டின் நிறுவனங்களை மற்ற நாடுகளில் முதலீடுகளைச் செய்ய அனுமதித்திருக்கிறது. கடந்த 2011 ஆண்டு சீனாவில் அந்நிய முதலீடு 97 பில்லியன் டாலர்கள். சீனா வெளிநாட்டில் செய்த முதலீடு 69.5 மில்லியன் டாலர்கள். இந்த விகிதத்தில் இது வளர்ந்தால் அடுத்த 10 ஆண்டுகளில் சீனாவின் அந்நிய முதலீடு, அவர்கள் நாட்டில் மற்ற நாடுகளால் செய்யப்பட்ட அளவைவிட அதிகரித்துவிடும்

2014 ல் இதிலும் சீனா ஒரு அதிரடி அலையை எழுப்பியது. அமேசான் போல் சீனாவின் இணைய வணிகதளம் அலிபாபா டாட் காம். 1999ல் சிறிய அளவில் ஜாக் மா என்பவரால் தொடங்கப்பட்ட இந்த நிறு வனம் சீனாவில் இணையத்தள வணிகத்தை அறிமுகப்படுத்தி மிக வேகமாக வளர்ந்த நிறுவனம். கடந்த ஆண்டு அனுமதி பெற்று நியூயார்க் பங்கு சந்தையில் பதிவு செய்து கொண்டு 2014 செப்டெம்பரில் பங்குகளை வெளியிட்டார்கள். 68 டாலர் விலையுள்ள பங்குகள் விற் பனை தொடங்கப்பட்ட சில மணிகளில் விற்றுத் தீர்ந்தது. கிடைத்த முதலீடு 25 பில்லியன் டாலர்கள். இது உலகப் பங்கு மார்க்கெட், மற்றும் நியூ யார்க் பங்குச்சந்தையில் ஒரு சாதனை. இதன் மூலம் ஜாக்

மா உலகின் முதல் 10 பணக்காரர்கள் பட்டியலில் இடம் பெறுகிறார். சீனா உலகம் அறிந்த நிறுவனங்களையும் உருவாக்கிக் கொண்டி ருக்கிறது என்பதன் அடையாளம் இது.

இப்படி உலகெங்கும் தன் வணிக வலையை விரித்துக்கொண்டு பொரு ளாதார பலத்தை உருவாக்கிக் கொண்டிருக்கும் சீனா, அடுத்த 10 ஆண்டுகளில் அமெரிக்காவைப் பின் தள்ளி சூப்பர் பவராகிவிடும் என்ற எண்ணம் பரவலாகிக்கொண்டிருக்கிறது.

ஆங்கிலம் காட்டுமிராண்டிகளின் மொழி என்று ஒருகாலத்தில் கருதப் பட்ட அதே சீனா இன்று உலகிலேயே ஆங்கிலம் அதிகம் கற்பவர் களின் நாடாக மாறியிருக்கிறது. உலகெங்கும் தன் வணிக வலையை விரிக்கவேண்டுமானால் ஆங்கிலம் அவசியம் என உணர்ந்த சீனா படு வேகமாக அதற்கான முயற்சிகளைச் செய்ய ஆரம்பித்தது. பள்ளிகளில் 3ஆம் வகுப்பு முதல் ஆங்கிலம் கட்டாயப் பாடம். 20 கோடி குழந்தை களும் 1 கோடி இளைஞர்களும் ஆங்கிலம் படிக்கிறார்கள். இது தொடர்ந்து அதிகரித்துக் கொண்டிருக்கிறது, நாளைய சீனாவில் 60% மக்கள் ஆங்கிலம் அறிந்தவர்களாக இருப்பார்கள் என்கிறது ஓர் அரசு அறிக்கை.

பிபிசி நிறுவனம் கடந்த சில ஆண்டுகளுக்கு முன் சீனாவைப் பற்றி ஒரு சர்வேயை நடத்தியது. இந்தியா உள்பட 22 நாடுகளில் 23,000 பேர் களிடம் நடத்தப்பட்ட 'சீனாவைப்பற்றி நீங்கள் என்ன நினைக்கிறீர்கள்' என்ற இந்த சர்வேயின் முடிவுகள் உலகம் இன்று சீனாவை எப்படிப் பார்க்கிறது என்பதற்கான ஒரு சின்ன சாம்பிள். 66% மக்கள் சீனாவின் வளர்ச்சியையப்போல தங்கள் நாட்டில் வரவேண்டும் என்பதை விரும்புகிறார்கள். 23% மக்கள் அவர்களின் ராணுவ வளர்ச்சியைக் கண்டு பயப்படுகிறார்கள். இப்படி 14 விஷயங்களில் செய்யப்பட்ட சர்வேயில் புரியும் விஷயம் உலகம் சீனாவைப் பற்றிய கணிப்புகளை மாற்றிக்கொண்டுவிட்டது என்பதுதான்.

வெளிநாட்டு வர்த்தகங்களைத் தவிர்த்து உள் நாட்டிலும் மிகப்பெரிய மாறுதல்கள் ஏற்பட்டுள்ளன. இன்று சீனாவில் 3 கோடி நடுத்தர குடும் பங்கள் இருக்கின்றன. இவர்களில் 59 சதவிகிதத்துக்கு மேற்பட்ட வர்கள் புதிதாக உருவாக்கப்பட்ட நகரங்களில் வசிப்பவர்கள். தொழில் வருமானங்களும் சொத்து உரிமையும் பெற்ற மக்கள் அதிக அளவில் செலவழிக்கிறார்கள். இது உள்நாட்டு பொருளாதாரத்தை வீழ்ச்சியடையாமல் செய்கிறது. நுகர்வோர் கலாசாரம் அதிகமாகிக் கொண்டிருக்கிறது. அமெரிக்க செயின் ஸ்டோர்கள் சில்லறை வணி கத்தில் அனுமதிக்கப்பட்டதால் வாங்குவோர் அதிகமாகினர். இதனால்

ஒரு நுகர்வோர் புரட்சியே ஏற்பட்டது. மக்கள் தங்கள் வாங்கும் சக்தியை அதிகரிக்க, தங்கள் பணத் தேவைக்காக அதிகமாக உழைக் கிறார்கள். நாட்டின் உற்பத்தியும் பெருகுகிறது. மக்களின் வாழ்க்கை நிலையும் வளர்கிறது. இதனால் சீனா உள்நாட்டு, வெளிநாட்டுப் பொருளாதாரங்களை ஒரேசமயத்தில் வளர்க்கும் சக்தியை அடைந்து விட்டது என்பது ஒரு பார்வை.

இல்லை அப்படி ஆக முடியாது என்றும் கணிக்கிறார்கள் சில மேற் கத்தியப் பொருளாதார வல்லுனர்கள். உலகம் அறிந்த பொருளாதார மேதை பீட்டர் டிரக்கர், மார்க்கெட்டிங்கில் குருவாக மதிக்கப்படு பவர். 25 ஆண்டுகளுக்கு முன்னரே 2000களில் சீனா மிகப் பலம் பொருந்திய நாடாக மாறும் என்று கணித்து புத்தகம் எழுதிய சிலரில் இவரும் ஒருவர். இவரது ஆராய்ச்சி நிறுவனம் டிரக்கர்ஸ் இன்ஸ் டிடியூட். இவர்கள் சமீபத்தில் வெளியிட்டிருக்கும் அறிக்கையில் சீன வளர்ச்சியை 'சீனா சிண்ட்ரோம்' என வர்ணித்திருக்கிறார்கள். உள்நாட்டுப் பொருளாதார வளர்ச்சிக்கு போதிய கவனம் செலுத் தாமல், இப்படி அந்நியப் பொருளாதாரத்தை மட்டுமே நம்பி நாட்டின் அந்நியச் செலாவணியை மட்டும் வளர்ப்பது ஆபத்தில் முடியும். பல சிறு நாடுகளும் இந்தப் பாணியைப் பின் பற்றும். சீனா மெல்ல இந்த வெளிநாடுகளின் பால் சார்ந்திருப்பதை விடுத்து வெளிவரவில்லை என்றால் அதன் பின் விளைவுகளைச் சந்திக்க நேரிடும் என்கிறது.

எந்த நேரத்தில் வேண்டுமானாலும் பலூன் வெடிக்கலாம் என்று சீனப் பொருளாதாரத்தைப் பற்றி லண்டன் எகனாமிஸ்ட்டில் ஒரு கட்டுரை வெளியாகியிருக்கிறது. கடந்த ஆண்டு வீழ்ந்த உற்பத்தி சதவிகிதத் திலிருந்து இது தொடங்கியிருக்கிறது. முதலீடுகளின் அளவும் நுகர் வோர் பயன்படுத்தும் அளவும் நேர்விகிதத்தில் இருக்க வேண்டும் என்கிறது பொருளாதார விதி. ஆனால் சீனா இதற்கு எதிர்விகிதத்தில் வளர்ந்து கொண்டிருக்கிறது. தனது GDP யில் 50%க்குமேல் முதலீடு களை செய்யும் நாட்டில் பயனீட்டாளர்கள் சதவிகிதம் 35% சதவிகித மாக வளர்ந்திருக்கிறது (வளரும் நாடுகளில் இது 50% இருக்கும்). இந்த நிலை ஒரு மிகப்பெரிய பொருளாதாரச் சிக்கலை ஏற்படுத்தி விடும் என்கிறது அந்தக் கட்டுரை.

சீனப் பொருளாதாரத்தின் மிகப்பெரிய பலவீனம் அது தன் ஏற்று மதிகளைச் சார்ந்திருப்பதுதான். இந்த ஏற்றுமதிகள் சீனாவால் தயாரிக் கப்பட்ட பொருள்கள் இல்லை. சீனாவில் மற்ற நாட்டு நிறுவனங்கள் உற்பத்தி செய்யும் பொருள்கள். இந்த நிறுவனங்கள் இதை சீனாவில் செய்யக் காரணம் அதன் கட்டுமான அமைப்பும், குறைந்த கூலியில்

தொழிலாளர்கள் கிடைப்பதும்தான். கடந்த சில ஆண்டுகளில் இந்தக் கூலி மெல்ல உயர்ந்திருக்கிறது. இந்தியா, பங்களாதேஷ், இந்தோ னேஷியா, பிலிப்பைன்ஸ் போன்ற நாடுகள் இந்த யுக்திகளைப் பயன் படுத்தி அந்நிய முதலீடுகளை வரவேற்கத் தொடங்கியிருக்கின்றன. அடுத்த 10 ஆண்டுகளில் சீனாவில் கூலி அதிகமாகவும் பணி செய்யும் திறம் மிக்கவர் குறைவாகவும் இருப்பார்கள் என்கிறது உலக வங்கி அறிக்கை. மேலும் உலக வங்கி வரும் இரண்டு ஆண்டுகளில் சீனாவின் வளர்ச்சிவிதம் 7.4 ஆக குறையும் என்றும் மதிப்பிட்டிருக்கிறது.

மிகக் குறைந்த காலத்தில் மிக அதிக மக்களை வறுமைப் பிடியிலிருந்து விடுவித்த நாடாக சீனா இருந்தபோதிலும் உலகின் 13% ஏழைகள் சீனாவில் இருக்கிறார்கள். சீனாவின் மொத்த பொருளாதார உற்பத்தியும் அதன் வளர்ச்சியும் மற்ற நாடுகளுடன் ஒப்பிடுகையில் பெரிதாக இருக்கிறது. ஆனால் தனிநபர் வருமானம் என்பதை ஒப் பிட்டால் சீனாவின் நிலையில் அதிக முன்னேற்றமில்லை. அமெரிக்கா 12 இடத்தில் இருக்கும் (49000 டாலர்கள்) இந்தப் பட்டியலில் ஜெர் மனி, இங்கிலாந்து, பிரான்ஸ், ஜப்பான், ஆகியவைகளோடு நெருங்க முடியாத 164 வது இடத்தில் இருக்கிறது (8500 டாலர்கள்) சீனா.

லஞ்ச ஊழல் கட்டுக்கடங்காமல் பெருகிக் கொண்டிருக்கிறது. இப்போ தைய தலைமை (2014) இந்த லஞ்ச லாவண்யத்தைக் கட்டுக்குள் கொண்டுவர பெரும் முயற்சிகள் எடுத்துக்கொண்டிருக்கின்றது. கடந்த ஆகஸ்ட்(2014) மாதம் நடைபெற்ற நாட்டின் 65வது ஆண்டுவிழாவில் பேசும்போது அதிபர் நாட்டில் ஊழல் மலிந்திருப்பதை வெளிநாட்டு பிரதிநிதிகள் முன் பேசும்போதே குறிப்பிட்டு அதற்காக எடுக்கப்படும் நடவடிக்கைகள் பற்றியும் சொன்னார். ஆனால் அபாயகரமான அளவில் வேரோடிப் போயிருக்கும் இந்த ஊழலினால் சீனாவின் பொருளாதார மாற்றம் பாதிப்புக்குள்ளாகியிருக்கிறது. சாதாரண குடிமகன் நல்ல மருத்துவ வசதி, கல்வி வசதிகள் பெறுவதற்கு லஞ்சம் கொடுக்க வேண் டியிருக்கிறது. புதிய தொழில் வசதிகளினால் புதிய தொழில் அதிபர்கள், பணக்காரர்கள் உருவாகியிருப்பது உண்மையானாலும் அவர்கள் எண்ணிக்கையில் குறைவாக இருப்பதால் ஏழை, பணக்காரர்களிடையே இருக்கும் இடைவெளி மிக மிக அதிகமாகிக்கொண்டிருக்கிறது. எல்லோருக்கும் எல்லாம் கிடைக்க வேண்டும் என்ற பொதுவுடைமைத் தத்துவத்தில் உருவான ஒரு நாட்டில் இன்று இந்த நிலை உருவா கியிருக்கிறது என்பதுதான் உண்மை.

சீனாவின் நிதித்துறை இன்னும் பெருமளவில் அரசின் கட்டுப் பாட்டில்தான் இருக்கிறது. வங்கிகள், நிதிநிறுவனங்கள் சுதந்தரமாக

இயங்கவில்லை. வாரா கடன்களின் உண்மை நிலை இன்னும் சொல்லப்படவில்லை. சர்வதேச நிதி ஆணையம், உலக வங்கி போன்றவைகளின் வழிகாட்டுதல்களை முழுமையாக ஏற்பதில்லை. யுவானின் அந்நிய நாணய மதிப்பு, பங்குச் சந்தை போன்றவைகள் அரசின் கட்டுப்பாட்டில்தான் இயங்குகின்றன. இவைகள் ஒரு வலி மையான பொருளாதாரத்துக்கான அடையாளங்கள் இல்லை.

சீனாவின் பங்குச்சந்தை 1990களில்தான் தொடங்கியது. 2000க்கும் மேற் பட்ட நிறுவனங்கள் பங்குச்சந்தையில் பட்டியலில் இருக்கின்றன. அதில் 80% நிறுவனங்கள் அரசுக்கு சொந்தமானவை. அந்தப் பங்கு களின் விலைகளையும் மார்கெட் மதிப்பையும் மறைமுகமாக அரசே தீர்மானிக்கிறது. இது ஒரு ஆரோக்கியமான பொருளாதாரத்துக்கான குறியீடு இல்லை.

சீனா, பொருளாதாரத்தில் தாராளமாகவும் அரசியலில் சர்வாதிகாரமாக வும் இருக்க முயற்சிக்கிறது. நாடு வளர பல கட்சி ஜனநாயகம் தேவை யில்லை. ஒரே கட்சியின் ஆட்சியிலேயே விதிகள்,கட்டுப்பாடுகள் சட்டப்படி இயங்குகிறதா எனக் கண்காணித்தால் போதும் என்பதை சீனா ஆட்சியாளர்கள் நம்புகிறார்கள். அவர்களைப் பொறுத்தவரையில் ஜன நாயகம் உழைப்பவர்களின் செயல் திறமையை தியாகம் செய்து விடுகிறது. அதனால் அது அவசியமில்லை. ஆனால் பொதுமக்கள் அரசி யலில் பங்கேற்க, தங்கள் கருத்தைச் சொல்ல வழியில்லாத சமுதாயத் தில் மக்களின் ஏமாற்றங்கள் ஒரு புள்ளியில் குவியும்போது அது அரசியல் அமைப்பின் அடிப்படையே அசைத்துவிடும், பொருளாதாரம் நிலைகுலைந்துவிடும் என்றும் சில ஆராய்ச்சியாளர்கள் எழுதுகிறார்கள். சோவியத் யூனியன் சிதறியதைச் சுட்டிக்காட்டுகிறார்கள் இவர்கள்.

அதிவேகமாக புதிய நகரங்களை உருவாக்கும் சீனாவில் அதற்காக கிராம மக்களை நகரத்துக்கு நகர்த்திக்கொண்டிருக்கிறார்கள். 15 ஆண்டு களில் 250 மில்லியன் மக்கள் இடம் பெயர்வார்கள். உலகின் எந்த நாட்டிலும் இல்லாத மக்கள் இடபெயர்ச்சி இது. இதனால் நகர் புறங்களில் வருமானத்துடன் செலவுகளும் அதிகரிக்கும். நகரில் வசிக்கும் ஏழைகள் அதிகமாகி விடுவார்கள். இது வருமான ஏற்றத் தாழ்வுகளை அதிகரிக்கும். இதைக் கணக்கிட பொருளாதாரத்தில் கினி எண் என்பது ஏற்றுக் கொள்ளப்பட்ட ஓர் அளவுகோல். இதில் 0 என்பது சம நிலை. சீனாவின் கினி எண் 44.7 (இது இந்தியாவில் 32.5) இது மோசமான நிலையைக் காட்டுகிறது. பணக்காரர்களைவிட ஏழைகள் வாய்ப்பு அதிகம் என்று கணிக்கப்பட்டிருக்கிறது.

நாட்டின் பொருளாதார வளர்ச்சிக்கு மக்கள்தொகை பெருக்கம் ஒரு மிகப்பெரிய இடையூறு எனக் கருதிய காலத்தில் குடும்பத்துக்கு ஒரு

குழந்தை என்று அறிவிக்கப்பட்ட திட்டத்தின் பின் விளைவாக இப் போது ஒரு பிரச்னை எழுந்துள்ளது. 2050களில் சீனாவில் 65 வயதுக்கு மேற்பட்டவர்கள் 30 கோடி பேர்கள் இருப்பார்கள். இதில் 9 கோடி பேர்கள் 85 வயதுக்கு மேற்பட்டவர்கள் இருப்பார்கள் என்று கணக் கிடுகிறது ஐக்கிய நாடுகளின் உலக மக்கள்தொகை நிறுவனம். சீனா சூப்பர் பவர் ஆகும் முன், வயதானவர்களின் தேசமாகி விடும் என்ற அச்சம் எழுந்துள்ளது. அப்போது இந்தியா இளைஞர்களின் நாடாக இருக்கும். இதனால் ஒரு குழந்தை திட்டத்தைக் கைவிட்டுவிட்டது சீனா. ஆனால் வசதிகளுடன் வளர்ந்துகொண்டிருக்கும் சீனாவின் இளைய தலைமுறை இதை எந்த அளவுக்கு வரவேற்று ஏற்கும் என்பது ஒரு பெரிய கேள்விக்குறி.

'உலகத்தின் மிகப்பெரிய தொழிற்சாலையாகிப்போன சீனாதான் இன்று உலகின் மிக மோசமான மாசு மிகுந்த சூழலைக் கொண்டி ருக்கிறது. நாட்டின் அத்தனை ஆறுகளும் மிகவும் மாசு அடைந்திருக் கின்றன. உலக சுகாதார நிறுவனம் காற்றில் கலந்திருக்கும் மாசுகளை அளவிட சில குறியீட்டு எண்களை அறிவித்திருக்கிறது. சீனாவின் தட்ப வெட்ப நிலைக்கு இது 310க்குள் இருக்க வேண்டும். ஆனால் இது 469 ஆக இருக்கிறது. மேலும் ஆண்டுதோறும் உயர்ந்துகொண்டே போகிறது. சீன அரசே சீனாவின் 113 நகரங்களில் பெரும்பான்மையான நகரங்களில் காற்றில் மாசு அதிகம் என்று அறிவித்திருக்கிறது.

'கட்டுப்பாடற்ற இண்டர்நெட் வசதி ஒரு நாட்டின் வளர்ச்சிக்கும் பலத்துக்கும் அடிப்படை' என்று அமெரிக்க அதிபர் ஒபாமா தன் சீன பயணத்தின் போது பேசினார். ஆனால் உலகிலேயே அதிக இண்டர் நெட் இணைப்புகளைக் கொண்ட சீனாவில் எல்லாராலும் இந்தச் செய்தியைப் பார்க்க முடியவில்லை. கட்டுப்பாடற்ற இண்டர்நெட் வசதிகளையும் கட்டுப்படுத்தும், 'கிரீன் டாம்யூத் எக்ஸ்கார்ட்' என்ற வடிகட்டி, மக்கள் என்ன பார்க்க வேண்டும் எனத் தீர்மானிக்கிறது. கூகுள், யாஹூ, யூ டியூப் போன்றவைகள் இருக்கின்றன. ஆனால் மற்ற நாடுகளைப்போல முழுவதுமாக இல்லை. இப்போது சீன அரசு தீவிரமாகச் செய்துகொண்டிருக்கும் காரியம் கூகுளுக்கு இணையாக ஒரு சீன தேடுபொறி, ஜிமெயிலைவிட வேகமான ஈமெயில் போன்ற வற்றை உருவாக்கி பிரபலமாக்குவதுதான். சுருக்கமாகச் சொல்வ தானால் நாளைய சீன இண்டர்நெட் உலகையும் தன் வசம் கொண்டு வர முயற்சித்துக்கொண்டிருக்கிறது.

இவ்வளவு பிரச்னைகளும் சீன அரசின் தலைமைக்குத் தெரியாதா? உலகின் முதல் வல்லரசாக திட்டமிட்டுக்கொண்டிருக்கும் ஒரு

அரசுக்கு இந்த விஷயங்கள் தெரியாமலிருக்கிறது என்பதை நம்புவதற் கில்லை. 'தனது அசாத்திய செயல்பாடுகள் மூலம் சதவிகிதக் கணக்கு களை நம்பும் பழைய பொருளாதார விதிகளை உடைத்தெறிந்து புதிய கோட்பாடுகளையும், புதிய விதிகளையும் உருவாக்கும் முயற் சியிலும், ஒற்றைக்கட்சி ஜனநாயகத்தில் ஒரு, கம்யூனிச அரசாங்கம் முதலாளித்துவ கொள்கைகளையும் அறிமுகப்படுத்த முடியும் என்ற புதிய சித்தாந்தத்தைச் சொல்கிறது இந்தப் புதிரான நாடு' என்ற எண்ணம் கூட எழுகிறது. ஒரு வேளை ஒரு மூத்த சீன அதிகாரி சொன்ன இந்த வார்த்தைகள் உண்மையாகலாம்.

'சீனாவுக்கு அதன் பிரச்னைகளும், அதன் விளைவுகளும் தெரிந்திருப் பதைப்போல அதை தீர்க்கும் வழிகளும் தெரியும். அதை பொது அரங்கில் விவாதிக்க வேண்டிய அவசியம் இல்லையே

15

டிராகனிடம் கற்றுக்கொள்ளவேண்டிய பாடம்

சீனாவின் அசுர பொருளாதார வளர்ச்சியும் அதைத் தொடர்ந்து அந்த நாடு செய்து கொண்டிருக்கும் செயல்பாடுகளையும் பார்த்து உலக நாடுகள், குறிப்பாக இந்தியா கற்றுக்கொள்ளவேண்டிய பாடங்கள் அதிகம்.

சீனாவின் வெற்றிக்கு அதன் வலுவான கட்சி சார்ந்த அரசியல் அமைப்பு ஒரு காரணம் என்று சொல்லப்படுகிறது. ஆனால் சீனாவின் அரசியல் சரித்திரத்தை சற்று உற்றுக் கவனித்தால் மாற்றங்களை அவர்கள் எப்படி தொடர்ந்து செய்துகொண்டிருந்தார்கள் என்பது புரியும். கடந்த 30 ஆண்டுகளில் அரசியல் அமைப்பின் அடிப்படை களே நான்கு முறை மாற்றப்பட்டிருக்கிறது.

புரட்சியில் மன்னர் ஆட்சியை ஒழித்தபின் 1954ல் சோவியத் கொள் கைகளின் அடிப்படையில் மலர்ந்த மக்களாட்சி பலன் அளிக்க வில்லை என்பதை உணர்ந்தவுடன் கலாசார புரட்சி ஒன்று அறிமுகப் படுத்தப்பட்டது. இதன் மூலம் கட்சி எந்தக் கேள்விகளுக்கும் அப்பாற் பட்ட மிக பலமான அமைப்பாக ஆனாலும், இது நாட்டை பலவீனப் படுத்தும் என்ற அச்சம் எழுந்தவுடன், அதை கைவிட்டு குறைந்த அளவில் முதலாளித்துவ, புதிய, மக்கள் சார்ந்த பொருளாதாரத்தை அறிமுகப்படுத்தியது. பின் 4 வருடங்களில் இதன் பலன்கள் வேகமாக மக்களை அடையாது என்பதை உணர்ந்து 1982ல் ஒரு வலுவான நவீனத்துவமான புதிய பொருளாதார கொள்கைகளுக்கு மாறியது. அன்றிலிருந்து தொடர்ந்து அவசியம் நேரும்போதெல்லாம் பொருளா தார கொள்கைகளை மாற்றி அமைத்துக் கொள்கிறது.

அதிபர் டெங் ஜியோபிங், சொன்ன 'பழையவற்றை மறந்துவிடு' என்பது கொள்கை வாசகமாயிற்று. இந்தக் காலகட்டங்களில்

அதிபர்கள், அதிகார மையங்களில் இருந்தவர்கள் மாறிக்கொண்டிருந் தார்கள். ஆனால் அடிப்படை கொள்கையான நாட்டின் 'தொடர்ந்த வளர்ச்சி' என்பதில் கவனமாக இருந்தார்கள். ஒரு மிகப்பெரிய நாட்டின் நிர்வாகத்தை நிர்வகிக்க மிகப்பெரிய அமைச்சரவை தேவை இல்லை என்பது சீனாவால் நிரூபிக்கப்பட்டிருக்கிறது. என்பிசி என்ற சக்தி வாய்ந்த பொதுக்குழு நியமிக்கும் 'ஸ்டாண்டிங் கமிட்டி' என்ற சிறிய 7 நபர் குழு அன்றாட நிர்வாகத்தைக் கவனிக்கிறது. இந்த கமிட்டியின் உறுப்பினர்கள் பணியின் தேவைகளுக்கேற்ப மாற்றப் படுபவர்கள். இதன் பணி திட்டங்களை திட்டமிட்டபடி முடிப்பது மட்டும்தான். இதனால் திட்டம் தீட்டுபவர்களின் பணி, செயலாற்றுப வர்களின் பணி வரையறுக்கப்பட்டுவிடுகிறது. இவற்றின்மூலம் சொல்லும் பாடம் - ஆட்சிப்பொறுப்பில் இருப்பவர்கள் மாறினாலும் அடிப்படை கொள்கைகளில் மாற்றம் இருக்கக் கூடாது.

இது கட்டுக்கோப்பான, கம்யூனிச அரசால் முடியும். ஜனநாயக நாடு களில் சாத்தியமா? என்ற கேள்வி எழலாம். சற்றுக் கூர்ந்து கவனித்தால் திட்டமிட்ட வளர்ச்சியை அடைந்த ஐரோப்பிய நாடுகளும் இந்த ஆட்சி மாறினாலும் 'அடிப்படை கொள்கைகள்' மாறாத முறையை பெரும்பாலும் கடைபிடித்திருப்பதை உணரலாம்.

சீன மக்கள் இந்த சர்வாதிகார ஜனநாயகத்தை எந்த அளவுக்கு விரும்புகிறார்கள்? அமெரிக்காவில் படிக்கும் சீன மாணவர்களிடம் இந்த கேள்வி இண்டர்நெட்டில் ஒரு 'எண்ணங்களை அறியும் தேர் வாக நடத்தப்பட்டது.' ஒரு சுதந்தரமான ஜனநாயக நாட்டில் குறை வான வசதிகளுடன் வாழ்வதைவிடக் கட்டுப்பாடான நாட்டில், வசதிகள் வளர்ந்து கொண்டு வரும் நாட்டில் வசதிகளுடன் வாழ் வதையே விரும்புகிறேன்' என்பதற்கு ஓட்டளித்தவர்கள்தான் அதிகம். நாளைய சீனாவில் உரிமைக்குரல் ஒலிப்பதை விட இந்தக் குரல்தான் ஓங்கி ஒலிக்கும் என்பதின் அடையாளம் இது.

பரப்பளவிலும் மக்கள் தொகையிலும் பெரியதான சீனா 'எதையும் பிரம்மாண்டமாகத் திட்டமிடு' என்ற கொள்கையைத் தொடர்ந்து கடைப்பிடித்து வருகிறது. பெரிதாக உருவாக்கப்படும் தொழிற் சாலைகள் ஒருநாள் பயனற்றுப் போகலாம். ஆனால் நீண்ட சாலைகள், ரயில்பாதைகள், பள்ளிகள், கல்லூரிகள், மருத்துவமனைகள், துறை முகங்கள், புதிய நகரங்கள் போன்றவற்றை எழுப்பும்போது உடனடித் தேவைகளை மட்டும் கவனத்தில் எடுத்துக்கொள்ளாமல் நீண்ட தொலைநோக்கோடு பிரம்மாண்டமாக அமைக்க வேண்டும் என்பதும், மிக வேகமாக மக்களின் கல்வித்தரத்தை உயர்த்தி அவசியமான

நிபுணத்துவத்தை வெளிநாடுகளிலிருந்து பெற்று மிகப்பெரிய திட்டங் களை நிறுவ வேண்டும் போன்றவையெல்லாம் வீண்போகாது என்பது நிஜம்.

அந்நிய முதலீடுகள் என்பதை வெறும் கொள்கை மாற்ற அறிக்கை களினாலும், அழைப்புகளினாலும் மட்டுமே பெற்றுவிடமுடியாது. முதலீட்டாளர்களின் நம்பிக்கை என்ற மிகப்பெரிய விஷயம் அவசியம். அது, உருவாக்கும் கட்டமைப்புகளில் அளிக்கும் மனித வள வசதிகளில்தான் இருக்கிறது. வந்த முதலீடுகள் தொடர்ந்து நீடிக்கவும், மேலும் அதிகரிக்கவும் வரிச்சலுகை, போக்குவரத்து போன்ற விஷயங்களில் அவசியமான மாற்றங்களை உடனுக்குடன் செய்து செயல்படவேண்டும். எல்லாவற்றுக்கும் மேலாக மக்களை 'நாட்டின் தொடர்ந்த வளர்ச்சி' என்ற இலக்கை நோக்கிச் செல்ல தயாராக்கவேண்டும். மாவோவின் 'எதுவாக இருந்தாலும்' 'டெங் ஜியோ பிங்கின் 4 அம்ச நவீனமயமாக்கல் திட்டம், ஜியாங்ஜெமினின் 3 அம்ச பிரதிநிதித்துவம், ஹு ஜிண்டோவின் 8 பெருமைகளும் சிறு மைகளும் என்று அதிபர்கள் மாறும்போது திட்டங்களின் பெயர்கள் அறிவிக்கப்பட்டாலும் அடிநாதம் நாட்டின் வளர்ச்சிதான்.

அந்நிய முதலீடுகளை வரவேற்றபோது சீனா செய்த மிகப் புத்தி சாலித்தனமான காரியம், அவற்றை எதில் முதலீடு செய்ய அனுமதிக்க வேண்டும் என்ற கொள்கை முடிவுதான். இன்று சீனாவின் மொத்த உற்பத்தியின் மதிப்பில் தொழிற்துறை 47%, சேவைத்துறை 43%, விவசாயம் 10%. இதனால் தொழிற்துறையின் அடிப்படை கட்டு மானங்கள் உறுதியாகி, அதன் அசுர வளர்ச்சிக்கு உதவியானது. மேலும் உள்ளூர் மக்களுக்கு வேலைவாய்ப்பும், வருமானமும் பெருகியது.

'இன்றைய உலகம் இரு துருவ அமைப்பிலிருந்து விலகி, பலமுனை துருவ அமைப்பைக் கடந்து இப்போது அணிகள் சேர்ந்த துருவங் களாகிக் கொண்டிருக்கின்றன' என்கிறார் முன்னாள் அமெரிக்க வெளியுறவு அமைச்சர் ஹிலாரி கிளிண்டன். இவர் மறைமுகமாகக் குறிப்பிடுவது சீனாவின் அணி சேர்க்கும் போக்கைத்தான். அண்டை நாடுகளுடன் பிரச்னைகள் இருந்தாலும், சீனா தென்கடல் எல்லை பிரச்னை, தைவான் பிரச்னை, ரஷ்ய எல்லைப் பிரச்னை என பலவ கைகளில் இருந்தாலும் வணிகத் தொடர்புகளைச் சாமர்த்தியமாக சீனா அணி சேர்த்து வளர்த்துக்கொண்டிருக்கிறது.

மாறிவரும் இந்திய அரசியல் சூழலில், (2014) புதிதாகப் பிரதமர் பதவி ஏற்றிருக்கும் பாஜக கட்சியைச் சேர்ந்த நரேந்திர மோடியின் அணுகு முறையில் குறுகிய காலத்திலேயே இந்தப் பாடங்களில் சிலவற்றை

அடையாளம் கண்டுகொள்ளப்பட்டிருப்பதை உணரமுடிகிறது. தொலைநோக்குடன் சில திட்டங்கள், அயலுறவு கொள்கைகளில் நட்பை நாடும் மாற்றம், அந்நிய முதலீடு அதிகரிப்புகளுக்கான முன் னெடுப்பு, தொழிற்துறை உற்பத்தியைப் பெருக்க 'மேக் இன் இந்தியா' திட்டம் போன்றவைகள் நம்பிக்கையூட்டுகின்றன.

பாடங்கள் புதிதாகத் தயாரிக்கப்பட்டிருக்கலாம். சொல்லிக் கொடுக்கும் ஆசிரியருக்கு திறமையும் அனுபவம் இருக்கலாம். ஆனால் வெற்றிபெற்று முன்னிலையில் இருக்க மாணவன்தான் கடின மாக உழைத்து படிக்க வேண்டும்.

உலகின் பல பல்கலைக்கழகங்களில் படிக்கும் மாணவர்களில் புத்தி சாலிகளாக அறியப்பட்டிருப்பவர்கள் இந்தியர்கள்தானே!

உதவிய புத்தகங்கள்

1. *Great Leap Forward*, Edited by Jeffrey Inaba, Taschen

2. *China in Ten Words*, Yu Hua, Pantheon Books, New York, 2011.

3. *Capitalism with Chinese Characteristics: Entrepreneurship and the State*, Yasheng Huang, Cambridge University Press, 2008

4. *No Enemies, No Hatred: Selected Essays and Poems*, Liu Xiaobo, Belknap, Harvard, 2012

5. *From the Soil: The Foundations of Chinese Society*, Fei Xiaotong, University of California Press, 1992

6. *The Rise of China and the Demise of the Capitalist World Economy*, Minqi Li, Pluto Press

7. *China's Economic Growth and Rebalancing*, Ettore Dorrucci, Gabor Pula and Daniel Santabárbara,European Central Bank

8. *Managed Chaos*, Prem Shankar Jha, Sage

9. *Smoke and Mirrors*, Pallavi Aiyar, Harper Collins

10. *Super power? The Amazing Race between China's Hare and India's Tortoise*, Raghav Bahl, Penguin Books

11. *Deng Xiaoping and the Chinese Revolution*, David S.G Goodman, Routledge

12. *Understanding China's Growth: Past, Present, and Future*, Xiaodong Zhu, Journal of Economic Perspectives

கட்டுரைகள்

1. Misunderstanding China: How did Western policy makers and academics repeatedly get China so wrong?, Wall Street Journal

2. Foreign Direct Investment – The China Story, World bank 2 report, 2012 (Backgrounder #2547 on Global Economy)

3. The United States vs. China – Which Economy Is Bigger, Which Is Better? – By Derek Scissors, Ph.D., Heritage Foundation

4. The Doomed Dragon: Is China's Economy Headed for a Crash Landing? – The National Interest

5. How China Transformed Itself/How did Communist China manage to become so fiercely competitive?, Chas W. Freeman, November 6, 2013 – Bloomberg Business Week

6. Understanding China's Gold Market – World Gold Council Report

7. Foreign Investment into China: Where's the Money Flowing?, Dexter Roberts, Bloomberg Business Week.

8. *சீன அரசின் இணையத்தளங்கள், பத்திரிகைச் செய்திகள்.*

———————